யாரென்று மட்டும் சொல்லாதே...

முதற்பதிப்பு: 2023

First Edition: 2023

Yaarendru Mattum Sollathe...

யாரென்று மட்டும் சொல்லாதே...

Indira Soundarajan

இந்திரா செளந்தர்ராஜன்

ISBN: 978-93-5695-639-1

காப்புரிமை @ ஆசிரியர்

Pustaka Digital Media Pvt. Ltd.
#7-002, Mantri Residency,
Bannerghatta Main Road, Bengaluru - 560 076
Karnataka, India
+91 7418555884

யாரென்று மட்டும் சொல்லாதே...

இந்திரா செளந்தர்ராஜன்

என்னுரை!

வாசக நெஞ்சங்களுக்கு என் வந்தனங்கள்!

ராணி வார இதழில் நான் தொடராக எழுதிய ஒரு நாவல் இது. சமூகம் சரித்திரம் அமானுஷ்யம் என்று எல்லா தளங்களிலும் இன்று நான் அறியப்பட்டிருந்தாலும் அமானுஷ்யம் கலந்த மர்மமான கதைகள் என்றால் என் பெயர் முதலில் அடிபடுவதைக் காணுகிறேன். ராணி வார இதழிற்கு நான் ஒரு தொடர் எழுத வேண்டும் என்று அதன் பொறுப்பாசிரியர் திரு. ராமகிருஷ்ணன் அவர்கள் என்னை தொடர்பு கொண்டபோது சார் உங்கபாணியில் அமானுஷ்யம் மர்மமும் கலந்து ஒரு தொடர் பண்ணுங்களேன் என்றார்.

அப்பொழுதே இந்த நாவலின் இனம் தீர்மானமாகிவிட்டது. வழக்கம் போலவே ஒவ்வொரு அத்தியாயமும் தொடர்கதைகளுக்கே உரிய பரபரப்புடன் அமைந்தது. இதன் முக்கிய கருப்பொருளாக நாகமாணிக்க கல் அமைந்தது. வாசகர்களும் விரும்பி வரவேற்றனர். கதை போகும் போக்கை வைத்து பலரும் இதை அமானுஷ்ய நாவலாகவே கருதினர். ஆனால் இதன் க்ளைமாக்ஸ் அதை அப்படியே புரட்டிப் போட்டுவிட்டது.

இப்படி ஒரு முடிவை நாங்கள் எதிர்பார்க்கவில்லை என்கிற ரீதியில் விமர்சனங்கள் வந்தன. ஆனாலும் இது செயற்கையான முடிவல்ல – மிக அருமையான நம்பகமான முடிவே என்றனர்.

மர்மக்கதைகளுக்கு இலக்கணமே அதன் முடிவு அமைவதில்தான் உள்ளது. மர்மக் கதைகள் எழுதும்போது நான் அதில் பல பரிசோதனைகளை செய்து பார்த்துள்ளேன். ஆனந்தவிகடனில் கோட்டைப்புரத்து வீடு என்கிற தொடரினை எழுதியபோது அத்தொடரின் கடைசி வரிவரை சஸ்பென்ஸை

கொண்டு சென்றேன். அது மிகப்பெரிய வெற்றிபெற்றது. இத்தொடரிலும் அது போல ஒருவர் சோதனை செய்ததில் நல்ல வெற்றி கிட்டியது.

இந்திரா சௌந்தர்ராஜன்

அத்தியாயம் 

"இதோ பார்... என் மகள் ஒரு 'பி.இ.' பட்டதாரி! ஒரு படிப்பில்லாதவனுக்கு, பணம் இருக்குங்கிறதுக்காக நான் பொண்ணு தரமாட்டேன். என் மாப்பிள்ளையை நான் ஒரு 'பில்கேட்ஸ்' அந்தஸ்துக்கு யோசிச்சு வெச்சிருக்கேன். போய்ச் சொல்... போ...!"

படகு போன்ற அந்த உயர்ரக கார், சொக்கிகுளம் அம்பாரி மாளிகை என்னும் அந்த பிரமாண்ட மாளிகைக்குள் நுழைந்து, நின்றது.

காரில் இருந்து இறங்கினாள், 'லயன்' லட்சுமி என்று கம்பீரமாக எல்லோராலும் அழைக்கப்படும் அந்த மாளிகையின் எஜமானி. எஜமானிதான்... எஜமானர் சக்கரவர்த்தி சாரநாதன் ஒரு விமான விபத்தில் வானத்திலேயே உயிரை விட்டுவிட்டார். அவர் உடம்பு என்று கிடைத்ததெல்லாம் ஓர் ஐந்தாறு கிலோ சதைக் கோளங்கள்தான்.

அவற்றை வைத்து ஒரு மணிமண்டபம் கட்டி இருந்தாள், லட்சுமி. காரைவிட்டு இறங்கினால் 'பளிச்'சென்று பார்க்க முடியும், கூம்பு வடிவ கூரையுடன் மணிமண்டபம். சுற்றிலும் வட்டமாய் சவுக்கு கன்றுகளால் ஆன வேலி... அது போக ஏராளமான பூச்செடிகள்.

பார்க்கும் போதே ரம்மியமாக இருக்கும்.

நடுநாயகமாய் கோட்டும் சூட்டுமாய் சிரித்தபடி இருக்கும் சக்கரவர்த்தி சாரநாதனின் புகைப்படம்!

'லயன்' லட்சுமி எனப்படும் லட்சுமி, காரைவிட்டு இறங்கிய நொடியில், மணிமண்டபம் பக்கமாய் திரும்பி ஒரு பார்வை பார்த்து முடித்தாள்.

கண்களை மூடி – அகாலமாய் இறந்துவிட்ட கணவரை நினைத்து ஒரு குட்டிப் பிரார்த்தனை...

பிறகுதான் உள்ளே நுழைவாள்! இன்றும் நுழைந்தாள். அவள் பின்னாலேயே ஒரு மூட்டை கோயில் பிரசாதங்களை தட்டுத் தட்டாய் ஒன்றன்மேல் ஒன்றாய் ஏந்திப் பிடித்தபடி சென்றான், டிரைவர் ஞானமணி.

ஞானமணிக்கு ஐம்பது வயதாகிறது.

திருச்செந்தூர் பக்கம் ஆறுமுகநேரியைச் சேர்ந்தவன். 'லயன்' லட்சுமிக்கும் அந்தப் பக்கம்தான். அவள் வாழ்க்கைப்பட்டு வந்த இடம் மதுரையாகிவிட்டது.

இன்று மதுரை சொக்கிகுளத்தில் 'லயன்' லட்சுமி இல்லாமல் ஒரு நிகழ்ச்சிகூட நடப்பதில்லை. 'லயன்ஸ் கிளப்' கவர்னராகவும் இருப்பதால், 'லயன்' பட்டம் அவளோடு ஒட்டிக்கொண்டுவிட்டது. குணத்திலும் லட்சுமி அந்த 'லயன்' போலத்தான். கோபத்தில் சிலிர்த்துக் கொண்டு பாயும் சிங்கத்தின் முகமும், லட்சுமியின் முகமும் கிட்டத்தட்ட ஒன்று போலத்தான் இருக்கும்.

பலருக்கு அந்த நாளைய ராணி மங்கம்மாளே திரும்ப பிறந்து வந்திருப்பதாகத்தான் நினைப்பு... எனவே, லட்சுமி வருகிறாள் என்றாலே ஓர் அமைதி – நிசப்தம் எப்படியோ ஏற்பட்டுவிடும்.

தனது அம்பாரி மாளிகைக்குள் நுழைந்த லட்சுமிக்காக, மதுரையை சேர்ந்த ஊர்ப் பிரமுகர்கள் பலரும் காத்திருந்தார்கள். அதில் மாஜி எம்.எல்.ஏ. ராஜதுரையும் இருந்ததுதான் ஆச்சரியம்.

அரசியல் விஷயத்தில் லட்சுமிக்கு 'அலர்ஜி' உண்டு. யாரையும் அருகேயே சேர்க்கமாட்டாள். 'இந்த முன்னாள் எம்.எல்.ஏ. ராஜதுரை மட்டும் எப்படி வந்தான்...?' பார்வையில்

கேள்வியோடு - அவரது உதவியாளராக உலாவரும் சிட்டி என்கிற சிட்டிபாபுவை பார்த்தாள்.

சிட்டிபாபுவுக்கு வழுக்கைத் தலை. ஆனால், நாற்பது வயதுதான் ஆகிறது. ஆந்திராவாள்ளு! பார்வையாலேயே சிட்டிபாபுக்கு ஓர் அழைப்பு வைத்தபடி மாடிப்படி ஏறத் தொடங்கினாள்.

அவளுக்காக காத்திருப்பவர்கள் ஏதோ அம்பிகையையே பார்த்துவிட்டது போல எழுந்து நின்று வணக்கம் சொல்லிவிட்டு, நின்றபடியே காட்சி தந்தார்கள்.

சிட்டிபாபுவும் தான் அன்போடு 'மேடம்' என்று அழைக்கும் லயன் லட்சுமியை பின்தொடர்ந்து ஓடினான். அவனது கையில், அவன் எப்போதும் பிடித்தபடி இருக்கும் நீலநிற டைரி.

லட்சுமி தன் ரகசிய அறைக்குள் புகுந்தாள். இதமான ஏ.சி. குளிர். மிதமான மணம். கடல் நுரையைக் கொண்டு செய்தது போன்ற மெதுமெதுப்பான சோபா! அதில் களைப்போடு அமர்ந்தவள், சற்று கோபமாக திரும்பினாள்.

"சிட்டி"

"மேடம்..."

"எங்கய்யா வந்தான் அந்த மாஜி எம்.எல்.ஏ.?"

"தெரியாதுங்க மேடம்... நான் எவ்வளவு கேட்டாலும் சொல்லவும் மாட்டேங்கிறாரு..."

"போகட்டும்... நான் அரசியல்வாதிகளை பார்க்கிறதே இல்லைன்னு சொல்ல வேண்டியதுதானே?"

"சொன்னேன் மேடம்... ஆனா, அந்த ஆளோ நான் அரசியல்வாதியா வரலை. மேடமும் நானும் ஒரே ஜாதி. கூட்டிக் கழிச்சா தூரத்து சொந்தமும்கூட. நான் வந்திருக்கிறது வேற ஒரு முக்கியமான விஷயம் பற்றி பேசன்னு சொல்றாரு மேடம்..."

"என்னய்யா பெரிய முக்கியமான விஷயம்? இன்னிக்கு இவன்... நாளைக்கு இன்னொரு கட்சிக்காரன். வரிசையா வருவாங்க.

அப்புறம் கட்சி நிதி, சிலை வைக்க நிதின்னு ஆரம்பிப்பாங்க. மறுத்தா அதிகாரிகளை வைத்து திடீர் சோதனை, அதுஇதுன்னு தொல்லை தருவாங்க. என் புருஷன்காரர் இவங்ககிட்ட சிக்கி அவதிப்பட்டது போதாதா?"

"மேடம்... இந்த ஒரு தடவை அவரை பார்த்து அனுப்பிடுங்க. அடுத்த தடவை அவர் நம்ம அரண்மனை பக்கமே வராதபடி நான் பார்த்துக்கிறேன்."

"இந்தத் தடவையே அவன் என்னை விழுங்காம நான் பார்த்துக்கணுமேய்யா?"

"அதெல்லாம் எதுவும் ஆகாது மேடம் உங்கள விழுங்க ஒருத்தர் இனிமேதான் பொறக்கணும்."

"போதும்யா... நீயும் உன் பங்குக்கு 'ஐஸ்' கட்டியை வைக்காதே. ஆமா... வேற யாரெல்லாம் வந்துருக்காங்க?"

"சினிமா தியேட்டர் ராஜாங்கம், ரைஸ்மில் ராஜேந்திரன், காற்றாலை கண்ணையன்... அப்புறம், உள்ளூரில் வீரகாளியம்மன் கோயில் தர்மகர்த்தா..."

"ராஜாங்கம் எதுக்கு வந்துருக்கான்?"

"அவர் மக வயசுக்கு வந்துருக்காம். சடங்கு வைச்சுருக்காரு... நீங்க வந்து மகளை ஆசீர்வாதம் பண்ணணுமாம்."

"சரி... அப்புறம் ராஜேந்திரன்?"

"அவரு தன் தங்கச்சியின் கல்யாண பத்திரிகை கொடுக்க வந்துருக்காரு மேடம்."

"கண்ணையன்?"

"ராதாபுரம் பக்கமும், நாங்குனேரி பக்கமும் ஏதோ இடம் வருதாம். நல்ல விலையாம். நம்மளை மடக்கிப் போடச் சொல்லத்தான் வந்துருக்காரு..."

"இவன் ஒருத்தன்தான் எனக்கு உபயோகமானவன். மத்த அவ்வளவும் எனக்கு செலவு... சரி, முதல்ல அந்த எம்.எல்.ஏவை அனுப்பு."

"மாஜி எம்.எல்.ஏ. மேடம்... இப்ப அரசியல்ல அவ்வளவு ஈடுபாடு இல்லை, அவருக்கு."

"சரி சரி... வரச் சொல்லு."

"சரிங்க மேடம்" – சிட்டிபாபு விலகினான்.

லட்சுமியின் கைப்பையில் இருந்த செல்போனில் இருந்து அவளுக்கு பிடித்த 'அலோ' டியூனில் எம்.ஜி.ஆரின் 'நான் ஆணையிட்டால் அது நடந்துவிட்டால்...' பாடல்!

செல்போனை எடுத்து, திரையைப் பார்த்தாள். திரையில் பிரியதர்ஷினி என்கிற பெயர். அதைப் பார்த்த மாத்திரத்தில் லட்சுமி முகம் ஓர் ஆயிரம் வாட்ஸ் பல்பு போல ஒளிவிட ஆரம்பித்தது.

"பிரியா..."

"அம்மா..."

"எப்படிடா இருக்கே?"

"நல்லா இருக்கேன்ம்மா... நான் இப்ப மதுரை கிளம்பி வந்துகிட்டிருக்கேன். என்னோட படிப்பு முடிஞ்சிடிச்சி."

"அய்...ய்...யோ... எவ்வளவு சந்தோஷமான விஷயம் சொல்லி இருக்கே நீ. ஆமா எப்ப வருவே?"

"நாளைக்கு விமானத்துல டிக்கெட் எடுத்துட்டேன். விமான நிலையத்துக்கு ஞானமணியை அனுப்பிடும்மா..."

"கட்டாயம்... எனக்கு இப்ப எவ்வளவு சந்தோஷமா இருக்கு தெரியுமா?"

"உனக்கு மேலே எனக்கும் சந்தோஷம்மா... நான் இனி உன்னை பிரிய வேண்டிய அவசியமே இல்லை."

"வாடா... வா. சீக்கிரமா வா. மத்த விஷயங்களை நேர்ல பேசுவோம். இங்கே சிலர் 'வெயிட்' பண்ணிகிட்டு இருக்காங்க."

"சரிம்மா."

பிரியா என்கிற பிரியதர்ஷினி அந்தப்பக்கமாய் அடங்கினாள். ஆனால், லட்சுமி வரையில் ஓர் இன்பசுவை அவளுக்குள் பொங்கத் தொடங்கி இருந்தது.

கச்சிதமாக கும்பிட்டபடியே மாஜி எம்.எல்.ஏ. உள்ளே நுழைந்தார்.

"வணக்கம்மா..."

"வாங்க... வாங்க உக்காருங்க."

"உங்க பி.ஏ. என்னை ஒரு அரசியல்வாதியாவே பார்க்கிறார். ஆனா, நான் இப்ப அதைவிட்டு விலகிகிட்டே இருக்கேன்."

"ஏன் அப்படி... அதுலேயும் நீங்க எம்.எல்.ஏவாவே இருந்தவரு..."

"அரசியல்ல அதிகாரம் எப்பவும் என் கைல இருந்துகிட்டே இருக்கணும்மா... இப்பப் பாருங்க நான் 'பவர்' இல்லாத மாஜி எம்.எல்.ஏ.

இந்தத் தடவை கட்சில எனக்கு 'சீட்' தரலை. இத்தனைக்கும் 25 லட்ச ரூபாயோடுதான் நான் தலைவரைப் பார்த்தேன். ஆனா, 50 லட்சத்தோடு போய் ஒருத்தன் காரியத்தை கெடுத்துட்டான். இந்த மாதிரி போட்டிகளை சந்திக்க ரொம்பவே தில்லும், திராணியும் தேவைப்படுது..."

"சரி... நீங்க வந்த விஷயத்தை சொல்லுங்க."

"அம்மா... நான் வந்துருக்கிறது ரொம்ப முக்கியமான விஷயங்க..."

"சொல்லுங்க."

"உங்களுக்கு நரிக்குடி ஜமீன் நல்லமணி ஐயாவை தெரியுந்தாங்களே?"

"நல்லா தெரியும்... எல்லாவிதத்திலும் என் ஆஸ்திபாஸ்திக்கு சமமான ஆள். அதுக்கென்ன?"

"இல்ல... அவருக்கு ஒரே ஒரு பேரன், பேர் மணிகண்ட பிரபு. பிரபுன்னு கூப்பிடுறாங்க. சரியான படிப்பில்லை. அதனால தொழில்ல இறக்கிவிட்டாரு."

"அந்த பிரபுவுக்கு இப்ப என்ன?"

"இல்லீங்க... அவனுக்கு உங்க பெண் நல்லா இருக்கும்னு நல்லமணி ஆசைப்படுறாரு..."

மாஜி எம்.எல்.ஏ. சொல்லி முடித்த நொடி, லட்சுமிக்கு முகமானது பரங்கிப்பழம் போல சிவந்துவிட்டது. "ஆமா, நீரு எப்ப இருந்து 'புரோக்கர்' தொழிலுக்கு மாறினீரு?" - லட்சுமியிடம் ஆவேசம் ஆரம்பமாயிற்று.

"அவசரப்படாதீங்க... நல்லமணி ஐயா ஆசைப்படுறதுக்கு பின்னாடி ஒரு சரியான காரணம் இருக்கு."

"இதோ பார்... என் மக ஒரு பி.இ. பட்டதாரி. ஒரு படிப்பில்லாதவனுக்கு பணம் இருக்குங்கிறதுக்காக நான் பொண்ணு தரமாட்டேன். என் மாப்பிள்ளைய நான் 'பில்கேட்ஸ்' அந்தஸ்துக்கு யோசிச்சு வைச்சிருக்கேன்... போய்ச் சொல்லு போ..."

"அம்மா... நீங்க அவசரப்படுறீங்க. நான் சொல்ற காரணத்தை கேட்டுட்டு, அப்புறம் நீங்க எதுவா இருந்தாலும் பேசுங்க."

"என்னய்யா பெரிய காரணம்?"

"அதை நான் கையோட கொண்டுகிட்டே வந்துருக்கேங்க."

மாஜி, பேச்சோடு பேச்சாக தன் கைப்பையில் இருந்து ஒரு சிறு மரப்பெட்டியை எடுத்து திறந்தார்.

உள்ளே...

அத்தியாயம்  2

"அம்மா... சும்மா கையில வாங்கிப் பாருங்க... எனக்கு தெரிஞ்சு நாகமாணிக்கக் கல்லு பற்றி பக்தி கதைங்கதான் இருக்கு. யார் கைலயும் இருந்ததில்ல. ஆனா, நரிக்குடி ஜமீன்ல மட்டும் அது இருக்கு!"

மாஜி எம்.எல்.ஏ. ராஜதுரை நீட்டிய மரப் பெட்டிக்குள், கருநீல நிறத்தில் - புளியங்கொட்டை அளவில் ஒரு நாகமாணிக்க கல்.

மிக அபூர்வமான கல்... அப்படியொரு கல் நரிக்குடி ஜமீனில் இருப்பது பற்றி லட்சுமியும் கேள்விப்பட்டிருக்கிறாள். ஆனால், அவள் அதை நம்பியதில்லை. இன்று ராஜதுரை அதை நேரில் காட்டவும், லட்சுமியிடம் ஒரு திக்குமுக்காடல்... அவள் கண்களும் அந்த நாகமாணிக்க கல்லை பார்த்து அகண்டு விரிந்தன.

"அம்மா... சும்மா கையில வாங்கிப் பாருங்க... எனக்கு தெரிஞ்சு நாகமாணிக்கக் கல்லு பத்தி கதைங்கதான் இருக்கு. யார் கைலயும் இருந்ததில்லை. ஆனால், நரிக்குடி ஜமீன்ல மட்டும் அது இருக்கு. குற்றாலமலைமேல நரிக்குடி ஜமீன்தார் வேட்டைக்கு போனப்போ அவர் எதிர்க்க ஒரு நாகம் உமிழ்ந்த மாணிக்கம், இது. இது வந்தபிறகுதான் ஜமீன்தார் பெரிய பெரிய வெற்றியெல்லாம் அடைஞ்சார். அவர் போன உயரம், அதுக்குப்பிறகு யாரும் போகல. அவ்வளவு ஏன்...? இது எங்க இருக்கோ அங்க வெற்றிகள் தேடி வரும்னு சொல்வாங்க."

"உங்களுக்கே தெரியும்... அந்த காலத்துல ஜனாதிபதி, பிரதமர், முதலமைச்சர்னு எல்லாருமே ஜமீன்தாரை பார்க்க

அவர் வீட்டுக்கே போயிருக்காங்க. அவரைப் பார்த்து பார்த்து பெருமூச்சு விடாதவங்களே இல்லை.

அதுக்குக் காரணமான ஒரு நாகமாணிக்க கல்லை, ஜமீன்தார் தன் வாரிசுகளும் பத்திரமா வெச்சு பாதுகாக்கணும்னு விருப்பப்பட்டார்" – ராஜதுரை சொல்ல வேண்டியதை சொல்லிவிட்டு – ஓர் இடைவெளி விட்டார். லட்சுமியிடம் ஒரு ஸ்தம்பிப்பு.

"இதைபத்தி கேள்விப்பட்டு வெளிநாட்டுல இருந்தெல்லாம் ஆளுங்க வந்து பார்க்க விருப்பப்படுறாங்க. அவ்வளவு ஏன்...? ஒரு திருட்டுக்கூட்டம் இதை எப்படியும் திருடிட என்னல்லாம் பண்ணணுமோ அதெல்லாம் பண்ணிகிட்டும் இருக்காங்க. இதை காப்பாத்த ஜமீன்தார் படுறபாடு கொஞ்சநஞ்சமல்ல."

"உங்களுக்கு சொல்றதுக்கென்ன? அவருக்கு வயசு 99 ஆயிடுச்சு. வர்ற வைகாசியில் அவருக்கு நூறு வரப்போகுது. நாகமாணிக்கத்தை அடைஞ்சவன் நூறு வயசு வாழ்வான்னு சொல்லுவாங்க. அது மெய்யாகப் போகுது. இதுக்குமேல வாழவும் ஜமீனதாருக்கு விருப்பம் இல்லை. அதே நேரம், தன் பரம்பரைக்கு பயன்படணும்னு விரும்புறார். இதை பாதுகாக்கிற சக்தி இப்போதைக்கு உங்ககிட்ட இருக்கிறதாதான் அவர் நம்புறார். அதனாலதான் தன் பேரனை அவர் உங்க பொண்ணுக்குக் கொடுத்து, அப்படியே உங்க வழியா இந்த நாகமாணிக்கக் கல்லை பாதுகாக்க ஆசைப்படுகிறார்."

"எனக்குப் பொறவு 'லயன்' லட்சுமியாலதான் இதை வெச்சு காபந்து பண்ண முடியும். 'என் பேரன் பணத்துக்கு ஆசைப்பட்டு யாருக்காவது வித்தாலும் வித்துடுவான்'னு சொல்றாருங்க..."

மாஜி எம்.எல்.ஏ. ராஜதுரையின் மொத்த விளக்கமும், 'லயன்' லட்சுமியை அப்படியே கட்டிப் போட்டுவிட்டது.

கண்கள் என்னவோ அந்த நாகமாணிக்க கல்லின் மேலேயே...! கூடவே, மனதிலும் ஒரு சந்தேகம்.

இன்றைக்கெல்லாம் நூறு கோடி ரூபாய்க்கு இதை வாங்க ஒரு கூட்டம் தயாராக உள்ளது. அப்படி இருக்க - ஒரு நிறம் மாறும் அரசியல்வாதியிடம் இவ்வளவு பெரிய பொக்கிஷத்தை கொடுத்துவிட, ஜமீன்தாருக்கு எப்படி மனம் வந்தது என்கிற கேள்வியும் அவளை குடையத் தொடங்கியது.

ராஜதுரையும் கில்லாடி... அவள் மனதில் ஓடுவதை அப்படியே அவளது முகத்தில் படித்துவிட்டு, அதற்கும் ஒரு பதிலை சொல்லத் தொடங்கினார்.

"அம்மா... இதை இனிமே நீங்கதான் வெச்சுக்கணும்னு ஐயா ஆசைப்படுறார். அவருக்கு என்னமோ மனுசுல பட்டுடுச்சாம். இதை வாங்கிகிட்டு முழுமனசா கல்யாணத்துக்கும் சம்மதிச்சா ரொம்ப சந்தோஷப்படுவேன்னு சொன்னார்..."

ராஜதுரை சொல்லி வாய் மூடுமுன், தொலைபேசி அமட்டியது. எழுந்து சென்று அதற்கு காது கொடுத்தாள்.

"யாரு... லட்சுமிதேவியா?" - மறுமுனையில் நடுங்கும் நல்லமணி குரல். லட்சுமிக்கு அந்த குரலே காட்டிக் கொடுத்துவிட்டது.

"அய்யா... நல்லா இருக்கீங்களா?" - லட்சுமியும் நலம் விசாரித்தாள்.

"நீ எப்படி இருக்கே தாயி...?"

"ரொம்ப நல்லா இருக்கேங்க."

"ராஜதுரையை அனுப்பி இருக்கேன். வந்தானா?"

"வந்தாருங்க... இப்ப என் எதிர்லதான் இருக்கார்."

"விஷயத்தை எல்லாம் சொல்லி இருப்பானே?"

"சொன்னாருங்க... ஆனா, என்னாலதான் நம்ப முடியலே."

"நீ நம்பித்தான் ஆகணும். நான் நூறுதடவை யோசிச்சு இந்த முடிவுக்கு வந்திருக்கேன். நான் இப்படி அந்த நாகமாணிக்க கல்லை கொடுத்துவிட்டிருக்கிறது வெளியில யாருக்கும் தெரியாது. தெரியவும் கூடாது..."

"நான் எதுக்குங்க இதையெல்லாம் சொல்றேன்..."

"நீ சொல்லாட்டியும் அந்த ராஜதுரை ஒரு ஒட்டவாயன். ஆகையால் அவன் அக்கம்பக்கம் சொன்னாலும் சொல்லிடுவான்."

"எனக்கும் அந்த சந்தேகம் உண்டு. ஆனா, நீங்கதான் அவசரப்பட்டுட்டீங்க. எனக்கு ஒரு போன் பண்ணினா நான் நேர்ல வந்துட்டுப் போறேன்."

"இல்ல... நீ என்னை பார்க்க வந்தா அதுக்கு வேற அர்த்தம். நான் வந்தாலும் அதுக்கு வேற அர்த்தம். இப்படி நடந்துக்கிறதுதான் ஒரே நல்ல வழி."

"இப்ப இந்த ஆள் வெளியே யார்கிட்டேயாவது சொல்லிட்டா...?"

"அவன் சொல்லமாட்டான்... சொல்ல அவன் உயிரோடு இருந்தாத்தானே?"

"அய்யா..."

"இப்பகூட அவன் ஒரு மோசடி வேலை பண்ணாலும் பண்ணியிருப்பான். அதாவது, உண்மையான நாகமாணிக்க கல்லை எடுத்து வெச்சிகிட்டு, போலியை உனக்குன்னு வெச்சி இருக்கலாம்..."

"நானும் அதை நினைச்சேங்க."

"நீ ஒண்ணு பண்ணு... உன் ஆளுங்களைவிட்டு அவனை சோதனை போடு. 'ஒரிஜினல்' கிடைச்சிடும்."

"எதுக்குங்க... என் ஆளுங்களுக்கெல்லாம் இந்த விஷயம் தெரியறதுக்கா... நானே பார்த்துக்கிறேங்க..."

"அதான் லட்சுமி... அவன்கிட்ட 'ஒரிஜினல்' இருந்தா எடுத்துகிட்டு, எனக்கு தகவல் கொடு. அவன் உன் வீட்ல இருந்து அவன் வீட்டுக்கு உயிரோடு போகக்கூடாது. போற வழியிலேயே கதையை முடிக்க வேண்டியது என் பாடு..."

"எதுக்குங்க இவ்வளவு பெரிய 'ரிஸ்க்'கெல்லாம் எடுக்கிறீங்க?"

"நான் இன்னும் சில மாதங்கள் உசுரோடு இருந்தா ஜாஸ்தி. அவனோ சரியான திருட்டுப் பய. எம்.எல்.ஏவாக இருந்து ஊர்ப்பணத்தை அள்ளி அள்ளி தின்னவன். அவன் பதவியில் இருந்தப்போ அவனது கார் மோதி செத்தவனோட மகன் என்கிட்ட வந்து அழுதான். அவன்தான் இப்ப அவன் கணக்கையும் முடிக்கப்போறான்.

உப்பைத் தின்னவன் தண்ணி குடிக்கப் போறான். நாம் எதுக்கு கவலைப்படணும். இவ்வளவு நாளா அந்த நாகமாணிக்கக் கல்லை எவ்வளவு புத்தி இருந்தா பாதுகாத்திருப்பேன்னு அவனுக்கு தெரியாது."

"அது வாஸ்தவம்தாங்க. பெரியவங்க என்னை நம்பி மிகப்பெரிய பொறுப்பை ஒப்படைச்சிருக்கீங்க. நான் இதுக்கு ரொம்ப கடமைப்பட்டிருக்கேன்."

"பெரிய வார்த்தை எல்லாம் எதுக்கு? என் பேரனுக்கு உன் பொண்ணை கொடுப்பேதானே?"

"சந்தேகமேபடாதீங்க. உங்க பேரன்தான் இனி என் மருமகன். என் மகளும் இப்ப படிப்பு முடிஞ்சு வந்துட்டிருக்கா. அவகிட்டேயும் ஒரு வார்த்தை கேட்டுட்டு நான் உங்களை திரும்ப கூப்பிடுறேன்."

"ரொம்ப சந்தோஷம், லட்சுமி. இனம் இனத்தோடுதான் சேரணும், பணம் பணத்தோடு சேரணும். நாம சேரப்போறோம்."

"ஆமாங்க... அப்ப நான் வைச்சிடட்டுங்களா?" – லட்சுமி நயமாக கேட்டபடியே ரிசீவரை வைத்துவிட்டு, மெல்ல முன்னாள் எம்.எல்.ஏ. ராஜதுரை பக்கம் திரும்பினாள். அவரும் அவள் பேசியதை எல்லாம் கேட்டு லேசாக குழம்பித்தான் போயிருந்தார்.

ராஜதுரையை பற்றியே அவள் பேசினாலும், பட்டும்படாமல் பேசியதால் ராஜதுரைக்குள் லேசாக குழப்பம்.

லட்சுமியோ நாகமாணிக்கக் கல்லை திரும்பப் பார்த்தாள். பின் ராஜதுரையையும் ஒரு பார்வை பார்த்தாள்.

"என்னம்மா... அப்படி பார்க்கிறீங்க?"

"இல்ல... நாகமாணிக்கக் கல்லு கண்ணைப் பறிக்கும்னு சொல்லுவாங்க. ஜமீன்தாரும் சும்மா கொழுக்கட்டை 'சைஸ்'னு சொன்னார். ஆனா, இதுல புளியங்கொட்டை அளவுதானே இருக்கு?"

"ஐயோடா... ஜமீன்தார் என்கிட்டேயே வேலையை காட்டுறாராக்கும்? சும்மா கத்திமேல கத்தி பாயாது. என்னை அவர் நம்பி இதை தூக்கி கொடுக்கும் போதே நான் பயந்தேன். இதை நான் அமுக்கிறதுன்னு முடிவு பண்ணி இருந்தா இதை எடுத்துகிட்டு இவ்வளவுதூரம் வந்துருக்கவே மாட்டேன்.

'பாஸ்போர்ட்' எல்லாம் தயாரா இருக்கு. சிங்கப்பூர், மலேசியான்னு பறந்துருப்பேன். என்னைப் புரிஞ்சுக்குங்க. அடுத்து, உங்களை ஏமாத்திட்டு நான் எங்கே போய் சந்தோஷமா வாழ்ந்துட முடியும்? நீங்கதான் விட்டுடுவீங்களா? உங்க சக்தி என்னன்னு எனக்கு தெரியாதா என்ன?"

ராஜதுரையும் நயந்து வடிந்தார்.

"அப்ப இது 'ஒரிஜினல்' நாகமாணிக்கக் கல்லுதான்னு சொல்றீங்க..."

"சத்தியமா... சந்தேகமா இருந்தா அதை பால்ல போடுங்க. மொத்த பாலும் நீல நிறமாகும். அப்ப தெரியும்."

ராஜதுரை காட்டிய வழியில் அப்பொழுதே போகத் தொடங்கிவிட்டாள், லட்சுமி.

இன்டர்காமில் சமையலறைக்கு தொடர்புகொண்டு பசும்பாலை ஒரு செம்பில் கொண்டுவரச் சொன்னாள்.

அதுவும் வந்தது!

அதில் அந்த கல்லைப் போட்டாள்.

ராஜதுரை சொன்னது வாஸ்தவம்தான்... மொத்தப் பாலும் நீலமாகியது!

'அப்பாடா' என்று ராஜதுரையும் பெருமூச்சுவிட்டார்.

"குட்... சரி நீங்க போகலாம்" - லட்சுமி உடனேயே ராஜதுரைக்கு ஒரு 'டாடா' காட்டினாள்.

"என்னங்க... ஏதோ மளிகை சாமான் கொண்டு வந்து கொடுத்த ஒரு வேலைக்காரன் நிலைமையில் என்னை நடத்துறீங்களே... நாளைக்கு உங்க பொண்ணுக்கு கல்யாணமாகும் போது அதுக்கு நானும்தானேங்க காரணம்?"

"சரி... இப்ப அதுக்கு என்ன பண்ணணும்னு சொல்றீங்க?"

"ஒரு நன்றி... ஒரு சந்தோஷம் உங்க பேச்சுல இல்லீங்களே..."

"சரி... உங்களுக்கு ரொம்பவே நன்றி. போதுமா?"

ராஜதுரைக்கு அவளிடம் ஏன் கேட்டோம் என்று இருந்தது. முகம் மாறிப்போனது.

"நல்லது... நான் கிளம்புறேன்" என்றபடியே அறையை விட்டு வெளியே வந்தவரிடம்... 'எனக்கு இதுவும் வேணும்... இன்னும் வேணும்' எனும் ஒரு வாய்விட்ட புலம்பல்.

மதுரை விமான நிலையம்! நீலவண்ண விமானம், ஓடுதளத்தை முத்தமிட்டபடியே சீறி முடித்து நின்றது.

உள்ளிருந்து பலர் வெளிப்பட்டனர்.

அவர்களில் பிரியா தனியாக தெரிந்தாள்.

இந்திரலோகத்து வெள்ளைக் குதிரை ஒன்று பெண்ணாக பிறப்பு எடுத்து பூமிக்கு வந்த மாதிரி இருந்தது. மாநாட்டு மேடை போல மார்பகங்கள்... மழைக்கால குற்றாலம் போல அவளது கூந்தல்... புஷ்டியான மானைப் போல நடை!

வெளியே ஞானமணி காத்துக் கொண்டிருந்தான்.

"அம்மா" என்று ஓடிப்போய் பிரீஃப்கேஸ், பேக், லாப்டாப், கம்ப்யூட்டர் என்று எல்லாவற்றையும் வாங்கி 'டிக்கி'யில் வைத்தான்.

காரும் கிளம்பியது. விமான நிலையத்துக்கு வெளியே கார் வரவும், 'ஹெல்மெட்' அணிந்த – முகம் தெரியாத ஒரு இளைஞன் தன் 'பைக்'கில் அந்த காரை படுவேகமாக பின்தொடரத் தொடங்கினான்.

அத்தியாயம் 

"மேடம்... நான் 'எஸ்.ஜெ.' அருணாசலம் பேசுறேன். நம்ம தொகுதி மாஜி எம்.எல்.ஏ. ராஜதுரைக்கு ஒரு பெரிய விபத்து. ஆனா, நல்லவேளையா உயிருக்கு ஆபத்தில்லாம தப்பிச்சிட்டார்!"

பிரியாவின் கார் நல்ல வேகம் எடுத்தது. அதே வேகத்துக்கு அந்த இளைஞனின் 'பைக்கும்' காரைத் துரத்தத் தொடங்கியது.

'ஹெல்மெட்' இளைஞன் ஒருவன் வேண்டுமென்றே துரத்துகிறான் என்பது, காரை ஓட்டும் ஞானமணிக்கு தெளிவாகிவிட்டது.

"அம்மா... பார்த்தீங்களா... ஒருத்தன் விடாம துரத்திகிட்டு வர்றதை..."

"உம்... உம்... பார்த்தேன்..."

"யாருன்னு தெரியலியேம்மா... அப்படியே காரை 'சைடு'ல ஓடிச்சு, வண்டியோடு அவன் தலைக்குப்புற விழும்படி செய்யட்டுமா?"

"ஐயோ... அப்படி எல்லாம் எதையாவது பண்ணி வைக்காதே... காரை அப்படியே ஓரமா நிறுத்து."

"....."

"நிறுத்துன்னா நிறுத்து... அப்படியே அவனையும் மடக்கு. அவன் யார்? எதுக்கு துரத்தறான்னு எல்லாத்தையும் பார்த்துடுவோம்..."

பிரியாவிடமும் 'லயன்' லட்சுமியின் துணிச்சல்.

ஞானமணியும் காரை சர்ரென்று ஓரம் கட்டி நிறுத்தினான். அதே வேகத்தில் இறங்கி, 'பைக்'காரனையும் வழிமறித்து தடுத்தான்.

'கிரீச் கிரீச்', சீட்டு முன்பாகம் வளைய தேங்கி நின்றது அந்த 'பைக்!' அந்த இளைஞனும் 'பைக்'கைவிட்டு இறங்கினான்.

"டேய்... யாருடா நீ... எதுக்குடா எங்க காரை 'பாலோ' பண்ணினே? உள்ள இருக்கிறது யார் தெரியுமா?"

ஞானமணி, கேள்விகளில் கொந்தளிக்க தொடங்க, அந்த இளைஞனும் தன் 'ஹெல்மெட்'டை கழற்றினான். பிரியாவும் காரைவிட்டு இறங்கி வந்தாள். அவனைப் பார்த்தவளுக்கு ஒரே ஆச்சரியம்.

"அர்ஜுன்..." என்றாள், உற்சாகமாக!

அவன், பதிலுக்கு ஒரு புன்முறுவல் பூக்க - ஞானமணிக்குத்தான் ஏமாற்றமாகிவிட்டது.

"என்னம்மா... இந்த தம்பியை உங்களுக்கு ஏற்கெனவே தெரியுமா?"

"தெரியுமாவா... அர்ஜுன் என் 'கிளாஸ்மேட்...' ஏய்... என்னப்பா இது ஆச்சரியம். இப்படித்தான் துரத்திகிட்டு வருவியா?"

"எல்லாம் ஒரு ஜாலிக்குத்தான் பிரியா... ஆமா, இவர்தான் உன் கார் டிரைவரா? அலெக்சாண்டர் மாதிரியே ஆவேசப்படுகிறாரே...?"

"அலெக்சாண்டர் மாதிரியா...? நீ அலெக்சாண்டரை எல்லாம் பார்த்திருக்கியா, அர்ஜுன்...?"

"ஓ... 'ஆலிவுட்' படத்தில்..."

அவனது சாதுரியமான பதிலுக்கு முன், அவள் ஒரு பலத்த சிரிப்பு சிரித்தாள்.

"ஆமாம்... நான் வரப்போறது உனக்கு எப்படி தெரியும்?"

"எதுக்கு இருக்கா ஆஸ்டல்ல உன் 'ரூம்மேட்' ரம்யா."

"ஓ... அவ போட்டுவிட்டாளா? அதுசரி, நீ எப்ப வந்தே?"

"நான் நேத்தே வந்துட்டேன்..."

"சரி... எனக்கு நேரம் ஆச்சு. எங்கம்மா அப்படியே... துடிச்சுகிட்டு இருப்பாங்க. அப்புறம் பார்க்கலாம்..."

"அப்புறம்னு சொல்றே... சரி... எப்போ... எங்கே?"

"பறக்காதேடா... அதான் 'செல்போன்'னு ஒண்ணு இருக்குல்ல. அதுல பேசு... சொல்றேன்."

பிரியா அவனிடம் சொல்லிக்கொண்டே காரில் ஏறினாள்.

மீண்டும் அது வேகம் எடுத்து ஓடத் தொடங்கியது.

அந்த அர்ஜுனும், 'துரத்தியது போதும்' என்று நின்றுகொண்டே 'டாட்டா' காட்டினான்.

காருக்குள்...

"அம்மா... நான் நிஜமாவே கொந்தளிச்சுட்டேங்க... நல்லவேளை, அந்த ஆளு உங்களுக்கு தெரிஞ்சவரா இருக்கவும் தப்பிச்சுட்டாரு..."

"சரி ஞானமணி... காரை நீ பார்த்து ஓட்டு. ஆமா... அம்மா எப்படி இருக்காங்க? மருந்து சாப்பிட்டு ஒழுங்கா காலையில் வாக்கிங் போறாங்களா?"

"அதெல்லாம் ஒரு பிரச்சினையும் இல்லைம்மா... நீங்க அவங்களை பிரிஞ்சு இருந்ததைத்தான் அவங்களால தாங்க முடியலை. தினமும் படுக்கை பக்கத்துல உங்க படம் இருக்கும்னா பார்த்துக்குங்களேன்."

ஞானமணி சொல்லும்போதே பிரியாவுக்கு கண்களில் கண்ணீர் கூடுகட்டிவிட்டது.

"இனிமேல் என்னம்மா? நீங்க கூடவேதானே இருக்கப் போறீங்க. என்ன... மாப்பிள்ளையும் வீட்டோடு இருக்கிற மாதிரி பிடிக்கணும்..."

ஞானமணி தனது சகஜமான பேச்சில், ஆழமான விஷயத்தையும் தொட்டுவிட்டான். பிரியாவுக்கு உடனேயே 'ஜில்'லென்று கோபம் வந்தது.

"இதுதான் ஞானமணி... உன்கிட்ட அதிகம் பேசக்கூடாதுங்கிறது. உடனேயே முக்கியத்துவம் எடுத்துக்குவே..."

"ஐயோ அம்மா... மன்னிச்சிக்குங்க..."

"என்னத்த மன்னிச்சிக்குங்க. அது என்ன வீட்டோட மாப்பிள்ளை? அப்படி ஒருத்தன் என்கூட இருக்க சம்மதிச்சா அவனெல்லாம் ஒரு ஆம்பிளையா?"

"அம்மா, அம்மா... தப்பா எடுத்துக்கிட்டீங்களே... நம்ம பெரியம்மா ஆசைப்பட்டதை நான் அப்படி சொல்லிட்டேன்..."

"முட்டாள்... அம்மா அப்படி எல்லாம் ஆசைப்படமாட்டாங்க. நீ உளறுறே... இனி இந்த மாதிரி எங்க தனிப்பட்ட விஷயங்களில் எல்லாம் தலையிடாதே!"

பிரியா அவனை அதட்டி அடக்க – கார் தெற்குவாசல் பாலத்தில் ஏறிக் கொண்டிருந்தது. அப்படியே வலப்புறமாக திரும்பும்போது, அங்கே ஏகத்துக்கும் கூட்டம்.

காரும் நின்றது!

"அம்மா... ஏதோ விபத்து மாதிரி தெரியுது..."

"சரி ஞானமணி... நீ பார்த்து ஓட்டு!"

"எங்கம்மா ஓட்ட... இருங்க, போக்குவரத்து போலீஸ்கிட்ட போய் நீங்க யாருன்னு சொல்லிட்டு வர்றேன். கொஞ்சம் கூட்டத்தை விலக்கி வழிவிடுவாரு..."

பதிலோடு, காரைவிட்டு இறங்கிய ஞானமணிக்கு 'பகீர்' என்றது.

எதிரில் ஒரு ஸ்ட்ரெச்சரில் மாஜி எம்.எல்.ஏ. ராஜதுரையின் இரத்த சகதியான உடம்பு ஆம்புலன்சில் ஏறியபடி இருந்தது.

"அடி ஆத்தி... இந்த ஆளுக்கா விபத்து..." - புலம்பியபடியே போலீஸ்காரரிடம் சென்று காதைக் கடிக்க – அவரும் காருக்கு வேகமாக வழி ஏற்படுத்திக் கொடுத்தார்.

ஞானமணி காரைக் கிளப்பினான்.

மெல்ல ஊர்ந்து ஓட ஆரம்பித்தது, வாகனம்.

ஆனால், அவன் முகத்தில்தான் சுரத்தே இல்லை.

அம்பாரி மாளிகை!

வாசலில் ஆரத்தி சகிதம் காத்துக்கொண்டிருந்தாள், 'லயன்' லட்சுமி.

கார் உள்ளே நுழையவும், உற்சாகமாக தயரானாள்.

இரண்டு வேலைக்கார பெண்கள் ஓடிவந்து, ஆரத்தி எடுக்க உச்சிமுகர்ந்து மகளை வரவேற்றாள், லட்சுமி.

பிரியாவும் தாயைப் பார்த்தவுடன் கட்டிக் கொண்டாள். அப்படியே பார்வை வெளியே உள்ள அந்த மணிமண்டபம் பக்கம் சென்றது.

"என்னம்மா... அப்பாவோட சமாதிக்கு போகணுமா?"

"என்னடா இது கேள்வி... அவர் இல்லாட்டி நீதான் ஏது? நான்தான் ஏது?"

"சரிம்மா... வா போகலாம்..." - பிரியா, லட்சுமியின் விருப்பத்தை நிறைவேற்றுவது போல உடன் நடந்தாள். அவளுக்காய் ஒரு தனி துடிப்பு இல்லை. பிரியா ஐந்து வயதாக இருக்கும்போதே சக்கரவர்த்தி சாரநாத் போய் சேர்ந்துவிட்டார்.

அதன்பின் பிரியாவுக்கு அப்பா – அம்மா என்று எல்லாமே அம்மா லட்சுமிதான்.

அந்த மணிமண்டபத்திலும் புதிதாக மாலை போட்டு விளக்கெல்லாம் ஏற்றப்பட்டிருந்தது. லட்சுமிக்கு அங்கே

நுழையவும், கண்கள் இரண்டும் ஈரமாகிவிட்டன. பிரியா சாதாரணமாக நின்றாள்.

சில விநாடிகள்தான். அப்புறம், திரும்பத் தொடங்கிவிட்டாள்.

மணிமண்டபத்தை விட்டு இருவரும் வெளியே வரவும், லட்சுமியின் 'செல்போன்' அவளை அழைத்தது.

அவளது காதுமடல்களும் அதற்கு இடம் கொடுக்க - மறுபக்கத்தில் போலீஸ் சப்-இன்ஸ்பெக்டர் பேசினார்.

"மேடம்... நான் 'எஸ்.ஐ.' அருணாசலம் பேசுறேன்."

"என்ன விஷயம்?"

"நம்ம தொகுதி மாஜி எம்.எல்.ஏ. ராஜதுரைக்கு ஒரு பெரிய விபத்து. ஆனா, நல்லவேளை... உயிருக்கு ஆபத்தில்லை. நல்லபடி தப்பிச்சுட்டாரு..."

சப்-இன்ஸ்பெக்டரின் பதில், லட்சுமிக்கு பிடரியில் அடித்தது போல் இருந்தது.

"உங்க பங்களாவுக்கு வந்துட்டு திரும்பும்போது இப்படி ஆனதால் உங்களுக்கும் தகவல் கொடுத்துடலாம்னுதான் போன் பண்ணினேன். தப்பா எடுத்துக்காதீங்க மேடம்..."

சப்-இன்ஸ்பெக்டர் சாதுரியமாக பேசி முடித்துக் கொண்டார். ஆனால், லட்சுமிக்குள் புயல் வீச ஆரம்பித்துவிட்டது.

ராஜதுரை தப்பித்தால் நிச்சயம் அடுத்த பாய்ச்சல் ஜமீன்தார் நல்லமணியின்மீதும், தன்மீதுமாகத்தான் இருக்கும் என்று அவளுக்குள் ஒரு புதிய கணக்கு எழுந்தது.

லட்சுமி இப்படி உள் சிக்கலில் சிக்கிக்கொண்டு அமைதியாகிவிட்டதை பிரியா உணரவில்லை. துள்ளிக் கொண்டு உள்ளே ஓடினாள்.

பார்த்துக்கொண்டே நின்ற லட்சுமிக்கு, திரும்பவும் செல்போனில் அழைப்பு...

இந்தமுறை ராஜதுரையேதான் பேசினார்.

"அம்மா... நான் ராஜதுரை... பேச முடியாமதான் பேசுறேன். சுத்தி டாக்டருங்க இருக்காங்க. நீங்க என்வரைல இப்படிப் பண்ணக்கூடாதும்மா. எந்த கல்யாணம் நடக்கணும்னு நான் வந்து பேசினேனோ அந்த கல்யாணம் நடக்காதும்மா... இனி உங்களை நிம்மதியா நான் தூங்கவிடமாட்டேன்..."

அத்தோடு செல்போனும் அடங்கியது. லட்சுமிக்குள் தாறுமாறான இதயத்துடிப்பு.

அத்தியாயம் 

"இது வெறும் நட்பும்மா! ஆனா, அவன் என்கிட்ட 'ஐ லவ் யூ'ன்னுதான் ஆரம்பிச்சான். ஆனா நான்தான் 'இந்த காதல் கத்திரிக்காயெல்லாம் எனக்கு கட்டோட பிடிக்காது. நீ வேற ஆளைப் பாரு. சும்மா நட்போடு பழகறதா இருந்தா பழகுன்னேன்' 'சரி'ன்னு அவனும் மனசை மாத்திக்கிட்டான்."

அந்த தொலைபேசி செய்தி, லட்சுமியை ஓர் உலுக்கு உலுக்கிவிட்டது. சமீபகாலத்தில் அவளுக்கு எதிராக இப்படியோர் ஆவேசத்தை யாரும் காட்டியதில்லை. இருந்தும்... நொடிகளில் சுதாரித்துக் கொண்டவள், அடுத்த நொடியே நல்லமணிக்குத்தான் போன் செய்தாள்.

"தெரியும் லட்சுமி... நீ எதுக்கு இப்ப போன் பண்ணி இருக்கேன்னு எனக்கு நல்லா தெரியும். அந்த ராஜதுரை எனக்கும் போன் பண்ணினான். நாய் மாதிரி நிறையவே குலைச்சான். ஆனா, அவனால ஒண்ணும் பண்ண முடியாது. நீ தைரியமா இரு. அவன் விஷயம், என் விஷயம்..." என்றார், அவரும்.

"இல்லய்யா... நீங்க அவசரப்பட்டுட்டீங்க. இந்த மாதிரி விஷயத்துல மிச்சமே வைக்கக்கூடாதுய்யா... ஆனா, நீங்க வெச்சுட்டீங்க..."

"வாஸ்தவம்தான். உனக்கு நான் ஒரு உண்மையைச் சொல்றேன். அந்த நாகுமாணிக்கக் கல் மட்டும் என்கிட்டையே இருந்திருந்தா நான் நிச்சயம் சரியா காரியத்தை முடிச்சிருப்பேன். அது உன்கிட்ட வரவும் எனக்கு விஷயம் தப்பாயிடிச்சு..."

"என்னய்யா நீங்க... அவன் என்னையும்தானே குத்தம் சொல்லி இருக்கான். இந்த கல்யாணம் எப்படி நடக்குது பார்க்கலாம்னு வேற சொல்லி இருக்கான்..."

"நான் இப்பவும் சொல்றேன்... உன்னை இனி யாராலேயும் எதுவும் செய்ய முடியாது. உனக்கு ஒரு நல்ல காலம் ஆரம்பிச்சாச்சு. நீ யாரையாவது கொலையே செஞ்சாலும், அதை கொலைன்னு இந்த சமுதாயம் சொல்லாது. ஒரு வீரச்செயலாத்தான் பார்க்கும்."

"நீங்க என்னை சமாதானப்படுத்த என்னென்னவோ சொல்றீங்கன்னுதான் எனக்கு தோணுது."

"சத்தியமா இல்ல, லட்சுமி. நான் சொன்னது எவ்வளவு பெரிய சத்தியமான உண்மைன்னு நீ போகப் போக பார்ப்பே. ஒரு பேச்சுக்கு சொல்றேன். அந்த நாகமாணிக்க கல்லைத் தொட்டு கும்பிட்டுட்டு, நடக்கவே நடக்காதுங்கிற ஒரு காரியத்துல நீ இறங்கிப் பார். அப்ப தெரியும், அதோட மகிமை..."

"சரிங்க... எதுக்கும் இனி கவனமா இருங்க. என் மகளும் பரிட்சை எல்லாம் எழுதி முடிச்சிட்டு வந்துட்டா. நான் கொஞ்சம் அவளோட சந்தோஷமா இருக்க ஆசைப்படுறேன்."

"அமோகமாக இரு. அப்படியே கல்யாண விஷயத்தையும் பேசிடு. இந்த பய படுத்தபடுக்கையா இருக்கும் போதே நாம் இந்த கல்யாணத்தை முடிச்சிடணும். விபத்துல தப்பிச்ச அவன், கல்யாண செய்தியைக் கேட்டு சாவணும்."

"அதுக்கு முந்தி அவன் வாயை அடைக்க பாருங்க. இன்னிக்கெல்லாம் பத்திரிகைகாரங்க எங்க எது சிக்கும்னு அலைஞ்சுகிட்டு இருக்காங்க. அதுலேயும் மேல்மட்ட விஷயம்னா அவங்களுக்கெல்லாம் அப்படி மூக்குல வேர்த்துருது..."

"பத்திரிகைல ஒரு வரி வராது. நம்மள பத்தி அந்த பயலுக்கு நல்லாவே தெரியும். ஏதோ அடிபட்ட ஒரு வேகத்துல அவன் கொஞ்சம் கொந்தளிச்சுட்டான். அவனை நான் ரெண்டு நாளில் சமாதானப்படுத்திடுவேன். நீ தைரியமா ஆக வேண்டியதைப் பாரு.

அப்புறம், அந்த நாகமாணிக்க கல்லுக்கு தினமும் சாம்பிராணி தீபம் காட்டு. தீட்டோடு அதுகிட்ட நெருங்காதே. இன்னொரு விஷயம்! அது இப்ப உன்கிட்ட இருக்கிறதால உன் வீட்டை சுத்தி சர்ப்ப நடமாட்டம் இருக்கும். ஆகையால், சர்ப்பங்களுக்கு கட்டோட பிடிக்காத நாகதாளி வேர்களை வாங்கி, வீட்டை சுத்தி அங்கங்கே கட்டித் தொங்கவிடு."

"அழகர் கோயில் பக்கம் உள்ள மூலிகை தோட்டத்துல சிரியாநங்கைன்னு ஒரு மூலிகைச் செடி கிடைக்கும். அதையும் நட்டுவை. ஒரு சர்ப்பமும் வீட்டுக்குள்ள வராது. தப்பித்தவறி வந்தாலும், பதற்றத்துல சர்ப்பங்களை அடிச்சிடாதே. பிடாரனை கூப்பிட்டு, பிடிச்சிகிட்டு போகச்செய். இதை எல்லாம் நான் அப்பவே சொல்ல நினைச்சேன். மறந்துட்டேன்" என்றார், நல்லமணி.

லட்சுமியும் "சரிங்க" என்று அந்த மட்டோடு முடித்துக் கொண்டாள். அவளுக்கு பெரிதும் ஆயாசமாகக்கூட இருந்தது.

உள்ளே போய் உடை மாற்றிக்கொண்டு ஒரு 'ஜீன்ஸ் பேண்ட், டீ – ஷர்ட்'டில் துள்ளிக் குதித்தபடி வந்தாள், பிரியா என்கிற பிரியதர்ஷினி!

மகளைப் பார்க்கப் பார்க்க லட்சுமிக்கு கண்களில் கண்ணீர் திரண்டு வர ஆரம்பித்தது.

"என்னம்மா... எதுக்கு இப்படி கண்கலங்குறீங்க?"

"இது ஆனந்தக்கண்ணீர், பிரியா. உன்னை ஒரு மான்குட்டி போல பார்க்கும்போது, மனசுக்கு எவ்வளவு சந்தோஷமா இருக்கும் தெரியுமா?"

"போதும்ம்மா... சினிமாக்கார அம்மா மாதிரியே நீயும் 'டயலாக்' அடிக்கிறே. ஆமா... இன்னிக்கு உன் நிகழ்ச்சி என்னம்மா?"

"உன் நிகழ்ச்சி எல்லாம்தான் இனி என் நிகழ்ச்சி..."

"ஓ... நன்றிம்மா!" - பிரியா மகிழ்ந்தபோது, அவள் டீ-ஷர்ட்டில் கிடந்த செல்போனிடம் சிணுங்கல்.

அம்மாவை பார்த்தபடியே அவளது அவரைக்காய் காது மடல்மேல் அந்த செல்போன் அமர்ந்து கொள்ள – மறுபக்கமாய் அர்ஜுன்.

"பிரீ... பிரீயாயிட்டியா?"

"ஓ அர்ஜுன்... அதுக்குள்ள கூப்பிடுறியா? இப்பத்தானே 'டாடா' காட்டிட்டுப் போனே?"

"போ பிரியா... நீ தப்பா சொல்றே. கடிகாரத்தை பார்! ஒரு மணி நேரத்துக்குமேல் ஆகுது."

"இல்ல, அர்ஜுன். நான் இப்பத்தான் என் அம்மாகூட பேசவே ஆரம்பிச்சிருக்கேன். இப்ப என்னால எங்கேயும் வரமுடியாது. நாளைக்கு நீ கூப்பிடு..."

லட்சுமி எதிரிலேயே கலகலப்பாக பேசியவள், செல்போனை முடக்கினாள். ஆனால், அதற்குள்ளேயே லட்சுமிக்கு முகத்தில் முத்துமுத்தாக வியர்த்துவிட்டது.

"அம்மா... என்னாச்சு உடம்புக்கு?"

"என் உடம்புக்கு ஒண்ணுமில்ல, பிரியா... ஆமா, யார் அது அர்ஜுன்?"

"என் 'பாய் பிரண்டு'ம்மா. என்னை பிரிஞ்சு அவனால் ஒருநாள்கூட இருக்க முடியாது" – பிரியா சொல்லச் சொல்ல லட்சுமிக்குள் இதயத்துடிப்பு அதிகமாகியது.

"பிரியா... என்னம்மா சொல்றே? அப்ப நீ அந்த அர்ஜுனை லவ் பண்றியா?" – லட்சுமி அப்படி கேட்கவும், 'குபீர்' என்று சிரித்துவிட்டாள், அவள்.

"என்னடி சிரிக்கிறே?"

"சிரிக்காம! ஏம்மா இப்படி? ஒரு பொண்ணு, ஆண்கூட பேசினாலே காதல்தானா?"

"அப்ப இதுக்கு என்ன அர்த்தம்?"

"சாதாரண நட்பும்மா... ஆனா, அவன் என்கிட்ட 'ஐ லவ் யூ'ன்னுதான் ஆரம்பிச்சான். நான்தான் 'இந்த காதல் கத்திரிக்காயெல்லாம் எனக்கு கட்டோட பிடிக்காது... நீ வேற ஆளைப் பாரு... சும்மா நட்போட பழகிறதா இருந்தா பழகு'ன்னேன். 'சரி'ன்னு அவனும் மனசை மாத்திக்கிட்டான்."

பிரியா ஏதோ ஜாலியாக 'ஜோக்' அடித்தபடி ஐஸ்கிரீம் சாப்பிட்டுக்கொண்டே பேசுவது போலத்தான் பேசினாள். இருந்தும், லட்சுமியின் வயிற்றை அது பிரட்டியது. அப்படியே... நல்லமணி பேரன் பற்றியும், வரும் முகூர்த்தத்திலேயே அவனை பிரியா திருமணம் செய்து கொள்வது பற்றியும் சற்று தடுமாற்றமும் ஏற்பட்டது.

"ஏம்மா... என்ன யோசனை? நான் சொல்றதை நம்பு. நான் உன் பொண்ணு. காதல் அது இதுன்னுல்லாம் மாட்டமாட்டேன்."

"அப்படி இல்ல, பிரியா... இந்த வயசுக்குன்னு சில ஆசைகள் உண்டு. அந்த ஆசைக்கு பெருசா வாழ்க்கை பத்தின அறிவு கிடையாது... நீ என்னதான் உறுதியா இருந்தாலும், சில நேரத்துல நீ நெகிழ்ந்து போயிடலாம், இல்லையா?"

"இல்ல... நீ தேவையில்லாம கற்பனை பண்ணிக்கிறதே. உன் எதிர்க்க நான் அர்ஜுன்கூட பேசியிருக்கக்கூடாது. அது என்தப்பு, போகட்டும். நாம் மீனாட்சி அம்மன் கோயிலுக்கு போய் ரொம்ப நாளாச்சு... போயிட்டு வருவோமா?"

"கோயிலுக்கா... என் கண்ணு, நீயா கேக்கிறே?"

"ஏம்மா... எனக்குப் பக்தி இல்லேன்னு நினைக்கிறியா, நீ?"

"அதுக்கு இல்லேடா... நீயா இதைக் கேக்கும்போது எவ்வளவு சந்தோஷமா இருக்கு, எனக்கு. இரு. வந்துடுறேன்."

லட்சுமி உடை மாற்றிக்கொண்டு வர... இருவரும் கிளம்பினர்.

அரசு பொது மருத்துவமனை.

ஜெனரல் வார்டில் சில தையல்கள் போடப்பட்ட நிலையில், ஒரு 'பேண்டேஜ்' உருவமாக கிடந்தார், ராஜதுரை. அருகில் அவரது தொண்டரடிப்பொடிகள். அடிக்கடி பெருகும் கண்ணீரைத் துடைத்தபடியே அவர் மனைவி ருக்மணியும் அருகில் இருந்தாள்.

பத்து நிமிடத்திற்கு ஒருமுறை ஒரு போலீஸ்காரர் வந்து அவர் காதில் ஏதோ கூறிவிட்டுப் போக, ராஜதுரையின் முகத்திலும் அவ்வப்போது உணர்ச்சிக் கொந்தளிப்பு.

ராஜதுரை சார்ந்த கட்சியின் துணைத்தலைவர் உள்ளூர் சுற்றுப்பயணத்தில் இருந்தவர், ஆஸ்பத்திரிக்கு பார்க்க வந்திருந்தார்.

"என்னய்யா... பார்த்து போறதுக்கென்ன? இப்ப பார்த்தியா? டாக்டருங்களை கேட்டா முதுகுத்தண்டுல அடி... ஆபரேஷெனுக்குப் பிறகுதான் எதையும் சொல்ல முடியும்கிறாங்களே?"

"அதாங்கய்யா எனக்கும் பயமா இருக்கு. இப்படி படுத்தபடுக்கைய இவர் ஆயிட்டா, அப்புறம் எங்க குடும்பம் என்ன கதியாவறதுங்க?" - ராஜதுரை மனைவி ருக்மணி மூக்கைச் சிந்தினாள்.

"ஏ புள்ள ருக்கு... சும்மா இரு புள்ள. நான் நிச்சயமா திரும்ப எழுந்திருப்பேன். இனிமேதான் பெருசா சாதிக்கவே போறேன்."

அந்த நிலையிலும் ராஜதுரையிடம் ஆவேசம்.

துணைத் தலைவரும் தோளைத் தடவிக் கொடுத்துவிட்டு, "உடம்பை பாத்துக்கய்யா... நானும் 'டீன்'கிட்ட சொல்லிட்டுப் போறேன்" என்றபடியே கிளம்பிப் போனார்.

அவர் போகவும், டாக்டர் வந்து 'கேஸ் ஷீட்'டை பார்த்தார். டாக்டரை கண்களாலேயே ராஜதுரை அருகில் அழைத்தார்.

"சொல்லுங்க சார்..."

"எப்படியாவது என்னை பொழைக்க வைச்சுடுங்க, டாக்டர்."

"இப்ப உங்களுக்கு எதுவும் இல்லையே... நல்லாதானே இருக்கீங்க?"

"படுத்தபடுக்கையா இருக்கிறதுக்கு நான் செத்துறது மேல். என்னை நீங்க நிமிர்த்தி, உக்கார்த்தி வைக்கணும். அப்படி மட்டும் செய்துட்டா, உங்களுக்கு பத்து லட்ச ரூபாயை ஒரு பொட்டியில் போட்டு தந்துடுறேன்."

டாக்டருக்கே அதைக் கேட்க சற்று பிரமிப்பாக இருந்தது.

"சரி சார்... நிச்சயம் நான் முயற்சி பண்றேன்."

"பண்றீங்க இல்ல... பண்ணி முடிக்கிறீங்க" - ராஜதுரையிடம் ஒரு கட்டளை கலந்த ஆக்ரோஷம். டாக்டரும் மவுனமாக தலையை அசைத்தார்!

மீனாட்சி அம்மன் கோயில்!

திருப்பதிக்கு போட்டியாக அப்படியொரு கூட்டம். லட்சுமியை பார்க்கவும், பலரும் போட்டி போட்டுக் கொண்டு கும்பிட்டனர். பட்டுச்சேலையும், வைர நெக்லசுமாய் 'லயன்' லட்சுமி ஜொலித்தாள். பிரியாவும் ஒரு பருத்தி சேலைக்குள் சும்மா 'ஜிலுஜிலு'வென்று இருந்தாள். அவர்கள் இருவரையும் பார்த்து வாயைப் பிளக்காதவர்கள் இல்லை. பட்டர்களும் பக்குவமாய் அழைத்துச் சென்று தரிசனம் செய்ய வைத்தனர்.

அன்னை மீனாட்சியும் திவ்வியமாக காட்சி அளித்துக் கொண்டிருந்தாள். மதுரையின் தேவதை அவள்.

எல்லா தெய்வங்களும் கையால் வரம் தருவது போலதான் காட்சி தருவர். இவளோ கிளியும், கையுமாய் நிற்பவள்! எனக்கு கண் இரண்டு மட்டும் போதும் என்று கூறிடும் அங்கயற்கண்ணி, அவள்!

அந்த சந்நிதியில் பிரியா நிற்கும்போது, திருமணப் பேச்சை இங்கேயே எடுப்பதுதான் மனதுக்கு மங்கலமான ஒன்றாகப்பட்டது, லட்சுமிக்கு.

"பிரியா... நல்லா கும்பிட்டுக்கோ... அம்மா இந்த சந்நிதியில் வைச்சு உனக்கு ஒரு விஷயம் சொல்லப் போறேன். வர்ற முகூர்த்தத்துல உனக்குக் கல்யாணம் ஆகப் போகுதும்மா" – 'லயன்' லட்சுமி சொல்ல – பிரியாவுக்கு 'பகீர்' என்றானது.

அத்தியாயம் 

'பயப்படாதே... நான் இருக்கிறேன்! இனி நான்தான் உன் எஜமானன்... நான் சொல்வதை நீ கேட்டால் போதும்... உன்னால் எனக்கு ஒரு காரியம் ஆகவேண்டும். என்னாலோ உனக்கு பல காரியங்கள் ஆகும். ஆகவே, எதற்கும் கவலைப்படாதே!'

மீனாட்சி அம்மன் சந்நிதியில் – அம்பிகை முன்னாலே 'லயன்' லட்சுமி சொன்ன அந்த கல்யாண தகவல், மகள் பிரியாவை ஒரு விநாடி ஓர் உலுக்கு உலுக்கியது. தன் தாய் இவ்வளவு அவசரப்படுவாள் என்று பிரியா கனவிலும் நினைத்திருக்கவில்லை. அவள் சலனப்படுவதை அவள் முகமே காட்டிக்கொடுத்தது.

ஆனால், அந்த சூழ்நிலையில் கற்பூரத் தட்டுடன் பட்டர் வரவும், லட்சுமிக்கு கவனம் அவர் பக்கம் சென்றுவிட்டது.

பட்டர் குங்குமப் பிரசாதம் தரும்போது, கூடவே ஒரு சிறு பொட்டலத்தையும் தந்தார். பிரியாவும் அதைக் கவனித்தாள். "நீங்க கேட்ட உத்தரவு உங்களுக்கு கிடைச்சிருக்கு. அம்பாள் திருவடியில் திருவுளச்சீட்டு போட்டு எடுத்தேன். பூவந்திருக்கு பாருங்கோ! நீங்க நினைச்ச காரியம் அமோகமா நடக்கும்" என்றார், பட்டர்.

லட்சுமிக்கு முகமெல்லாம் மலர்ந்துவிட்டது. தட்டில் ஐநூறு ரூபாய் நோட்டை போட்டாள்.

பட்டர் உடனேயே பரவசமாகிவிட்டார். "நீங்க ரொம்ப நன்னா இருக்கணும். சேமமா இருக்கணும்" என்று பால் போல பொங்கி வழிந்தார்.

"என் காலம் முடிஞ்சு போச்சு சாமி... இனி எனக்கு எல்லாமே என் மகள்தான். என் பேரை இவ காப்பாத்தினா போதும்..." என்று பிரியாவின் காதில் விழும்படி பேசிக் கொண்டே சந்நிதியை வலம் வரத் தொடங்கினாள், லட்சுமி.

பிரியாவும் மவுனமாக அம்மாவைத் தொடர்ந்தாள்.

வழிபாடு முடிந்து வெளியே வந்து, காருக்குள் அமர்ந்த போது – பிரியா முகத்தில் ஒரே இறுக்கம். லட்சுமியும் கவனித்தாள்.

"பிரியா..."

"....."

"என்னம்மா... ஏன் எதுவும் பேசாம 'உம்'முன்னு இருக்கே...?"

"பின்ன என்னம்மா... இப்ப எனக்கு கல்யாணத்துக்கு என்னம்மா அவசரம்?"

"ஓ... அதுவா விஷயம்?"

"அதுவேதான் விஷயம்... நான் ஒரு அஞ்சாறு ஆண்டுக்காவது சுதந்திரமா இருக்க விரும்புறேம்மா..."

"உன் வயசுல நானும் இப்படித்தான் பேசினேன். ஆனா, கல்யாணத்துக்குப் பிறகு ஒரு வாரத்துல மாறிட்டேன். வர்ற புருஷனை மட்டும் நல்லா புரிஞ்சு நடந்துகிட்டா, கல்யாண வாழ்க்கைதாம்மா ஒரு பொண்ணுக்கு சொர்க்கம்..."

"இப்படி எதையாவது சொல்லி என் வாயை நீ அடைக்க முடியாது. எனக்கு இப்ப கல்யாணம் வேண்டாம்மா..."

"அட என்ன பிரியா நீ... கோயில்ல மீனாட்சியும் உத்தரவு கொடுத்துட்டா... உன் எதிர்லதானே பட்டர் சொன்னார்."

"என் கல்யாண விஷயமா உத்தரவு போட மீனாட்சி யாரும்மா...? அது என் விருப்பம் சம்பந்தப்பட்ட விஷயம். நல்லா புரிஞ்சுக்கோ..." – பிரியா சற்று ஆவேசமானாள்.

கார் மதுரை நகர சாலைகளில் நெளிந்து கொண்டிருந்தது. அவளது கோபமும், குழப்பமும் லட்சுமிக்கும் நன்கு புரிந்தன.

ஒரு விதத்தில் அவளது அந்த கோபத்தை லட்சுமி ரசிக்கவும் செய்தாள்.

"பிரியா... நீ கோபப்படுறதுலயும் அர்த்தம் இருக்குடா... உனக்கு என்னைப் பிரிய மனசு இல்லை. சரிதானே?"

"அதுமட்டும் இல்லம்மா... எனக்கு இந்தக் கல்யாண சடங்குலேயே நம்பிக்கை கிடையாது. பொம்பளை மட்டும் தாலி கட்டிக்கணும், ஆம்பளை கையை பிடிச்சுகிட்டு பணிவா மேடையை சுத்தி வரணும், எல்லார் காலிலேயும் பொம்பளை விழுந்து எழுந்திரிக்கணும், அப்புறம் – முதல் ராத்திரியில் பால் எடுத்துகிட்டு போகணும். புருஷன் கால்ல விழணும்கிறதை எல்லாம் எனக்கு நினைக்கக்கூட பிடிக்கலை. இதுல முழுக்க முழுக்க பெண் அடிமைத்தனம்தான் தெரியுது. கல்யாணம்கிறது சமமான நிலையில் நடக்கணும். அது ஒரு ஒப்பந்தம்! அவ்வளவுதான்... இரண்டு பக்கமும் பரஸ்பர நல்லெண்ணமும், பொறுப்புணர்ச்சியும் இருக்கணும். அதை விட்டுவிட்டு..."

பிரியா ஒரு புதுமைப் பெண் என்பதும், அதிலும் இக்காலத்து 'ஹைடெக்' பெண் என்பதும் அவள் பேச்சில் தெரிந்தது. லட்சுமி அடுத்த நொடியே அவளுக்கு திருஷ்டி சுழித்தாள்.

"கண்ணு... எனக்குபிறகு நம்ம குடும்பத்தையும், சொத்து பத்தையும் நிச்சயம் நீ நல்லவிதமா காப்பாத்துவே. எனக்கு உன்னோட இந்தத் தைரியமும், சிந்தனையும் ரொம்பப் பிடிச்சிருக்கு. நீ சொல்றதுல இருந்து ஒண்ணு எனக்கு நல்லா புரியுது. பதிவு கல்யாணம்தான் எனக்கு பிடிக்கும்னு சொல்லாம சொல்லிட்டே... சரிதானே...?"

"ஆமாம்... அதுக்காக நான் இப்ப கல்யாணத்துக்கு சம்மதம் சொல்லிட்டதா நினைச்சுடாதே. குறைஞ்சது அஞ்சு வருஷம்... நீ கல்யாணம் பத்தியே என்கிட்ட இப்படி பேசக்கூடாது..."

பிரியா, கட்டளையே போட்டாள். லட்சுமி அதையும் ரசித்தாள்.

அதே நேரம் அவர்களது பங்களாவும் வந்து, காரும் உள்ளே நுழைந்தது. பக்கவாட்டில் கணவரின் சமாதி அமைந்த நினைவாலயம். அதைப் பார்த்து நெகிழ்ந்தபடியே காரைவிட்டு லட்சுமி இறங்கினாள். பிரியாவோ அவளுக்கு முன் துள்ளிக்கொண்டு பங்காளவினுள் நுழைந்தாள்.

லட்சுமி, மகளின் அந்த வேகத்தையும் வெகுவாக ரசித்தாள். நிதானமாக காரைவிட்டு இறங்கி, அவள் உள்ளே நுழைந்த அந்த வேளையில், அவளது உதவியாளன் சிட்டிபாபு நெளிந்தபடி எதிரில் வந்தான்.

"என்ன சிட்டி?"

"மேடம்... ஒரு முக்கியமான விஷயம்..."

"சொல்லு."

"நரிக்குடி ஜமீன்தார் நல்லமணியின் ஆள், நீங்க வெளியே போயிருந்தப்போ போனில் பேசினாங்க."

"விஷயத்தை சொல்லு."

"அவருக்கு திடீர்னு மாரடைப்பாம். ஆஸ்பத்திரியில் சேர்த்து இருக்காங்களாம்."

சிட்டிபாபு சொன்ன தகவலில் லட்சுமியின் நெஞ்சிலும் ஒரு பெருங்குத்து விழுந்தது.

"என்னய்யா சொல்றே?"

"ஆமாங்க மேடம். உங்களைப் பார்க்கணும்னு ரொம்பவே அவர் ஆசைப்படுறாராம்."

லட்சுமி, சிட்டிபாபுவின் பேச்சை கேட்டபடி அப்படியே சோபாவில் சோர்வோடு விழுந்தாள்.

மேலே மாடி அறையில் ஒரு மேற்கத்திய சி.டியின் பாட்டு சத்தம். கூடவே, பிரியா அதோடு சேர்ந்து ஆடும் அரவமும் கேட்டது.

அதை கேட்டபடியே எழுந்தாள். டிரைவர் ஞானமணி, மீனாட்சியம்மன் கோயில் பிரசாதத்துடன் அவளருகே வந்து நின்றான்.

"இதை எடுத்துகிட்டு காருக்கு போ... நாம இப்போ ஆஸ்பத்திரிக்கு போகணும்" என்றாள்.

"அம்மா... ஆஸ்பத்திரியில் யாரும்மா?" என்றான், ஞானமணியும் சற்று பதற்றமாக.

"உம்... என் சம்பந்தி! போய் வண்டியை எடு, நான் சேலை மாத்திகிட்டு வந்துடுறேன்" என்று அவனிடம் சற்று எரிந்து விழுந்துவிட்டு, உடை மாற்ற வேகமாக உள்ளே சென்றாள்.

ஆஸ்பத்திரி...

மயக்க ஊசியின் பிடியில் இருந்து மெல்ல கண்விழித்தார், மாஜி எம்.எல்.ஏ. ராஜதுரை! முதுகுப்பக்கம் ஆபரேஷன் முடிந்திருந்தது. வயிற்றோடு வளைத்து ஒரு பெரிய கட்டு. எழுந்து உட்கார்வது என்பதெல்லாம் குறைந்தபட்சம் ஒரு மாத காலத்திற்கு முடியாத காரியம்!

படுத்தபடுக்கையாக கிடந்த ராஜதுரை எதிரே இப்போது சிலர்! அவர்களில் சடைபிடித்த தலையும், நெற்றி கொள்ளாத விபூதியுமாக ஒரு காவி வேட்டிக்காரர் இருந்தார். அவரது இடுப்பில் விபூதிப் பை. அதில் ஒரு சிட்டிகை விபூதியை எடுத்து, மந்திரம் சொன்னபடியே ராஜதுரையின் நெற்றியில் இட்டார், அவர்!

அவருக்கு அருகில் இருந்தவர் – ராஜதுரையிடம், அவர் யார் என்று சொல்லத் தொடங்கினார்.

"மாப்ளே... சாமி பேர் சங்கரானந்தம்! சதுரகிரி மலைப் பக்கமா திரியறவர். செப்படி வித்தை எல்லாம் சாமிக்கு சர்வசாதாரணம். பார்த்துக்கிட்டு இருக்கும்போதே மாயமா மறைஞ்சிடுவார், அப்படியொரு சக்தி. உனக்கு இப்படி ஆனது தெரிஞ்சு நாங்கதான் படாதபாடுபட்டு அவரை கூட்டிகிட்டு வந்தோம். சாமி

மந்திரம் சொல்லி விபூதி போட்டுட்டா, எப்படிப்பட்ட நோவும் பறந்து போயிடும்ப்பா."

சொன்னவர், ராஜதுரைக்கு மாமா முறை. ராஜதுரையும் அந்த சாமியாரைப் பார்த்து, சிரமப்பட்டு கைகளை கூப்பினார். சாமியார், கூப்பிய அவரது கையை தன் கரங்களால் பற்றினார்.

சாமியாரது கையிரண்டும் ஜில்லென்று பிணத்தின் கைகளை தொட்டது போல் இருந்தன. அதேவேளை, ராஜதுரை உடம்பில் ஒரு புது மின்சாரம் பாய்ந்த மாதிரியும் தெரிந்தது.

"கவலைப்படாதேப்பா... உனக்கு எல்லாம் சரியாயிடும். வெள்ளைக்காரன் மருந்து ஒருபக்கம், நான் சில குளிகைகள் (மாத்திரை) தரேன். அதை சாப்பிடு. முதுகு, இரும்பு போல மாறிடும்" என்று அவர் ஆறுதலாகப் பேசினார்.

"ஆமாம் மாப்ளே... சாமி இத்தனை நாளா மலையை விட்டு வந்ததே இல்லை. உனக்காக நாங்க கூட்டிக்கிட்டு வந்துருக்கோம். சாமி நம்மகூட இருந்தா... நூறு யானை பலம், நமக்கு" – திரும்பவும் மாமாதான் பேசினார்.

ராஜதுரைக்கும் அந்த சோர்வான வேளையில் அப்படியோர் ஆறுதலான பேச்சும், அரவணைப்பும் தேவைப்பட்டன. படுத்த நிலையிலேயே நன்றி என்கிற மாதிரி சாமியாரை பார்த்தார்.

சாமியார், ராஜதுரையின் கண்களையே உற்றுப் பார்க்கத் தொடங்கி இருந்தார். உள்ளுக்குள் மனதின் குரல்!

'பயப்படாதே... நான் இருக்கிறேன்... இனி நான்தான் உன் எஜமானன்... நான் சொல்வதை நீ கேட்டால் போதும்... உன்னால் எனக்கு பல காரியம் ஆக வேண்டும். என்னாலோ உனக்கு பல காரியங்கள் ஆகும். ஆகவே, எதற்கும் கவலைப்படாதே!'

அந்த சாமியார் மனதுக்குள் பேசாமல் பேசியது, ராஜதுரைக்குள் அப்படியே இறங்கியதில், ராஜதுரையும், "சாமி... எல்லாம் உங்க சித்தம் சாமி... எனக்கு அந்த பொம்பளையோட கொட்டத்தை அடக்கணும் சாமி" என்றார்.

ராஜதுரை இப்படி எடுத்த எடுப்பில் சொன்னதைக் கேட்டு, சாமியார் ஒரு சிரிப்பு மட்டும் சிரித்தார். பின்னர் மெல்ல தலையை வருடிக் கொடுத்தார். "இப்போதைக்கு ஓய்வு எடு... எங்கே, வாயைத் திற" என்றார்.

ராஜதுரையும் வாயைத் திறக்க - கையை உயர்த்தி ஒரு மரத்தில் இருந்து பழம் ஒன்றை பறிப்பது போல பறித்ததில் ஒரு வாழைப்பழம்!

அதுவும் நல்ல செவ்வாழைப்பழம்! அந்தரத்தில் அது எப்படி வந்தது என்கிற ஆச்சரியம் எல்லோரிடமும், அதை மெல்ல உரித்தவர், பழத்தை கிள்ளி - நடுவில் ஒரு மிளகு போல குளிகை ஒன்றை வைத்து - கிள்ளிய மீதி பழத்தை திரும்ப வைத்து - ராஜதுரை வாயருகே கொண்டுசென்று, "உம்... சாப்பிடு" என்றார்.

மாமாவுக்கு விளங்கிவிட்டது. "மாப்ளே... சாமி உனக்கு பழத்துல மருந்து வைச்சு தர்றாரு... நாளைக்கே நீ எழுந்து உக்காருவே பாரு" என்றார், ஒருவித பரவசமுடன்.

பின்னர் மாமாவுடன் சாமியார் அந்த வார்டைவிட்டு வெளியே வந்தார். வார்டில் நடந்தபடியே மாமாவிடம் மெல்லிய குரலில் கேட்டார்.

"அந்த நாகமாணிக்கக் கல் இப்ப யார்கிட்ட இருக்குன்னு இந்த ராஜதுரைக்கு தெரியும்தானே?"

அவர் கேட்டவிதமே, அவரது தேவை எது என்பதை மாமாவுக்கு சொல்லாமல் சொல்லிவிட்டது!

அத்தியாயம்  6

"அவங்க அப்படித்தான். விஞ்ஞானம் பேசுறவங்களுக்கு கண்ணால் பார்க்கறதும், காதால் கேக்கறதும்தான் கணக்கு. ஆனா, அவங்களுக்கு ஒரு விஷயம் தெரியாது. இந்த உலகத்துல எல்லா விஷயத்தையும் பார்க்க முடியாது, கேட்கவும் முடியாது!"

அந்த சாமியார் கேட்ட கேள்விக்கு மாமாவும் ஆர்வமாக பதில் கூறத் தொடங்கினார்.

"சாமி... நாகமாணிக்கக் கல் இப்ப அந்த பொம்பளகிட்டதான் இருக்கு. அவ இனத்துலதான் பொம்பள. ஆனா, நூறு ஆம்பளைக்கு சமம். உக்காந்த இடத்துல மதுரையையே ஆட்டி வைக்க தெரிஞ்சவ."

"தெரியும்... நானும் கேள்விப்பட்டு இருக்கேன். எப்பவும் இனம் இனத்தோடுதான் சேரும். பணமும், பணத்தோட சேரும். நாகமாணிக்கம்கறது ஒரு அசுர வலிமை. அது தன்னைப் போலவே ஒரு வலிமையானவளை தேடிப் போயிடிச்சு. அவ்வளவுதான் விஷயம்."

"சாமி..." மெல்ல நடந்தபடியே மாமா நிறைய கேள்விகளுக்கு தயாராகிவிட்டார்.

"என்ன சம்பந்தம்? சர்வசித்தியும் உடைய எனக்கு எதுக்கு அந்த நாகமாணிக்கம்னுதானே கேக்கப்போறே?"

"ஆமாம் சாமி... அதே நேரம் இன்னொரு கேள்வியும் கூட..."

"என்ன?"

"நாகமாணிக்கம்கறதே பொய்யி... அப்படி ஒண்ணே உலகத்துல இருக்க வாய்ப்பு இல்லைன்னு விஞ்ஞானம் பேசுறவங்க சொல்றாங்களே சாமி..."

"அவங்க அப்படித்தான்! விஞ்ஞானம் பேசுறவங்களுக்கு கண்ணால் பார்க்கறதும், காதால் கேக்கறதும்தான் கணக்கு. ஆனா, அவங்களுக்கு ஒரு விஷயம் தெரியாது. இந்த உலகத்துல எல்லாத்தையும் பார்க்க முடியாது, எல்லாத்தையும் கேட்டுடவும் முடியாது."

"அது எப்படி சாமி... எனக்கு புரியலீங்களே..."

"இதுல புரிய என்ன இருக்கு? நீ பொறந்ததுல இருந்து உன்கூடவேதான் இருக்கு உன் வயிறு. அதுக்குள்ள சிறுகுடல், பெருங்குடல்னு என்னென்னவோ இருக்கு. அதை உன்னால் நேரில் பார்க்க முடியுமா?"

"சாமி...!"

"ஆயிரம் பேர் முதுகை நீ பார்க்கலாம். உன் முதுகை உன்னால் பார்க்க முடியுமா?"

"என்ன சாமி நீங்க... பாக்காட்டியும் அது இருக்கிறதை உணர முடியுமே சாமி..."

"சரியா சொன்னே... சில விஷயங்களை உணர மட்டும்தான் முடியும். பார்க்க முடியாதுங்கிறதை இதுல இருந்தே நீ தெரிஞ்சிகிட்டா சரி..."

"அது சரி சாமி... நாக மாணிக்கத்தை அது நாக மாணிக்கம்தாங்கறதை எப்படி சாமி உணர்றது...?"

"கடவுளை எப்படி உணர்றதுன்னும், மறு ஜென்மத்தை எப்படி உணர்றதுன்னும், பாவ புண்ணியங்களை எப்படி உணர்றதுன்னும் இந்த உலகத்துல நிறைய கேள்விகள், விடைக்காக காத்துக்கிட்டிருக்கு. அதுக்கான பதிலை இப்படி நடந்து போகிற போக்கிலெல்லாம் சொல்லி புரியவைக்க முடியாது சம்பந்தம்."

"அப்ப எப்படித்தான் சாமி புரிஞ்சுக்கறது?"

"என்கூட இனி இருப்பேல்ல... அப்ப உனக்கு எல்லாமே தானா புரியும்."

"நல்லது சாமி... அதேசமயம் அந்த நாகமாணிக்கத்தை எப்படி அடையறதுன்னும் யோசிக்கணும் இல்லையா?"

சம்பந்தம், விஷயத்தைப் பிடித்தார். சாமியார் மர்மமாக சிரித்தார்!

தனியார் ஆஸ்பத்திரி – 'ஐ.சி.யூ.'வில் ஆக்சிஜன் இணைப்போடு கிடந்தார் நல்லமணி. வார்டுக்கு வெளியே ஒரு பெரும் கூட்டம். விஷயம் தெரிந்து மாவட்ட கலெக்டர்கூட வந்துவிட்டுப் போனதை அங்கே கிடந்த பூங்கொத்து சொல்லிக் கொண்டிருந்தது.

'லயன்' லட்சுமி வரவும், கூட்டம் திரும்பிப் பார்த்தது. தலைமை டாக்டர், லட்சுமியோடு வந்தபடி இருந்தார். சலசலவென்று பேசிக் கொண்டிருந்தவர்கள்கூட, லட்சுமி வரவும் – அடங்கிப் போனார்கள்.

அந்தக் கூட்டத்தில் நல்லமணி அய்யா பேரன் ரமேசும் இருந்தான். லட்சுமியைப் பார்க்கவும், அவனிடம் ஒரு சுறுசுறுப்பு. பெரிதாக படித்திராவிட்டாலும், பேண்டு – சட்டை, கூலிங்கிலாஸ் என்று படு ஐபர்தஸ்சாக காட்சி தந்தான்.

லட்சுமியும், அவனைப் பார்த்தாள். ஆளிடம் நல்ல வாட்டசாட்டம். பிரியாவுக்கு பொருத்தமான தோற்றம்தான். ஆனால், பிரியாதான் இப்போதைக்கு கல்யாணமே வேண்டாம் என்று சொல்லிவிட்டாளே...!

'ஐ.சி.யூ.'வில் யாரையும் அனுமதிப்பதில்லை. இருந்தும் லட்சுமிக்கு சிறப்பு அனுமதி!

உள்ளே நுழைந்தவள், நேராக நல்லமணி முன்தான் போய் நின்றாள். அவரும் ஏறிட்டார். பஞ்சடைத்துப்போன பூஞ்சை விழிகள்... லட்சுமியை ஆவலாதியோடு பார்த்தன.

"ஐயா..."

"வந்திட்டியா லெட்சுமி..."

"என்னங்க இது. திடுதிடுப்புன்னு."

"வயசாயிடுச்சுல்ல... அந்த நாகமாணிக்கக் கல்லு ஊட்டுல இருந்தவரை தெம்பா இருந்தேன். இப்ப போயிடுச்சே. அதான் கிரகங்கள் விளையாடிப் பார்க்குது."

"தைரியமா இருங்க. உங்களுக்கு எதுவும் ஆகாது."

"பைத்தியக்காரி... எனக்கு தெரியாதா என் உடம்பை பத்தி. அதைவிடு... இப்ப உன் மகளுக்கும், என் பேரனுக்கும் கல்யாணம் நடந்தாகணும். அதை நானும் பார்த்தாகணும்... சீக்கிரம்..."

"ஐயா..." – லட்சுமி மெட்டினாள்.

அதை கவனித்துக் கொண்டே இருந்த டாக்டர் படுவேகமாக "சரின்னு சொல்லுங்கம்மா... ஒரு நெகட்டிவான விஷயம்கூட இங்க... இப்ப இவர்கிட்ட பேசக்கூடாது" என்றார்.

லட்சுமிக்கு தர்மசங்கடமாகிவிட்டது.

"சரிங்கய்யா... நான் வேகமா ஏற்பாடு பண்றேன். ஆனா ஒண்ணு... ஊரை கூட்டி பந்தல் போட்டெல்லாம் பண்ண கால நேரம் இல்லை. பதிவு திருமணம்தான் – பரவாயில்லையா?"

லட்சுமியும் ஒரு முடிவுக்கு வந்து, தெளிவோடுதான் பேசினாள்.

"என் பேரன் உன் மாப்பிள்ளையானா போதும், நான் முன்ன சொன்னதுதான். அந்த நாகமாணிக்கம் பத்திரம்" – நல்லமணி எச்சரித்துவிட்டு, கண்களை செருகவிட்டுக் கொண்டார். டாக்டர் அதன்பின் லட்சுமியை பேச அனுமதிக்கவில்லை.

"போதும் மேடம்... இதுவே அதிகம். கொஞ்சம் வெளியே போங்க. போய் இவர் விருப்பப்படி நடக்கிற வழியை பாருங்க" என்ற டாக்டர், லட்சுமியின் காதருகே வேகமாகக் குனிந்தார்.

"அம்மா தப்பா எடுத்துக்காதீங்க... சார் பொழைக்கிறது ரொம்ப கஷ்டம். இதயத்துல பன்னிரண்டு இடத்துல அடைப்பு

இருக்கு. எப்பவேணா எதுவேணா நடக்கலாம். நீங்க வேகமா செயல்படுறதுலதான் எல்லாம் இருக்கு."

லட்சுமியின் முகத்திலும் ஈயாட்டமில்லை. காலம் அவளை சவாலுக்கு அழைப்பது போலத்தான் உணர்ந்தாள். டாக்டர் சொன்னதை மவுனமாக அங்கீகரித்தவளாக வெளியே வந்தாள்.

தாடையை தடவிக்கொண்டு எதையோ பார்த்துக் கொண்டிருந்தான், பேரன் ரமேஷ்.

கூடவே, நிறைய உறவுக்காரர்கள். அவர்களில் பட்டுச்சேலையும், காசுமாலையுமாக ஒரு கிழவியும் இருந்தாள். அவள், லட்சுமியை நெருங்கி வந்தாள்.

"ஆத்தி... ஐயாவை பார்த்தியா? ராசா மாதிரி இருந்த மனுசன், பொக்குன்னு சுருண்டுட்ட கொடுமையைப் பார்த்தியா?"

"பதற்றப்படாதீங்க... வயசாயிட்டா உடம்புக்கு வர்றது சகஜம்தானே... ஐயா ரொம்ப நல்லவர். அவருக்கு எதுவும் ஆகாது."

"என்னவோ போ... இப்படித்தான் எல்லாரும் சொல்றாங்க. ஆனா, வீட்டுல ஈசானத்துல ஒரு பல்லி விடாமல் கொட்டு சத்தம் போட்டுகிட்டிருக்கு..."

"இல்ல, ஐயா நல்லாயிடுவார்."

"ஆகணும். எல்லாம் உன் கையிலதான்! இப்பதான் இந்த பேராண்டியைக் கூப்பிட்டு ஏதோ பேசினாரு."

அவள் ரமேஷை காட்ட, அவன் முதல் தடவையாக மரியாதையாக கை உயர்த்தி கும்பிட்டான். அவளும் கும்பிட்டாள். அவன் கைபிசைந்தபடி அருகில் வந்தான்.

"அம்மா... ஐயா வேகமா இவங்க கல்யாணத்தை பண்ணச் சொல்லிட்டாரு. நானும் வீட்டுக்குப் போய் ஜோசியரை கூப்பிட்டு, நேரம் குறிக்கப்போறேன். இப்ப நான் செய்யவேண்டியது அதைத்தான்."

லட்சுமி மளமளவென்று சொல்லிவிட்டு, ரமேஷை பார்த்தாள். அவனும் வாயை திறந்தான். "தாத்தா என்கிட்டேயும் பேசினார். ஆனா, எனக்கு இப்ப கல்யாணத்துல விருப்பமில்லை."

அவனும் கிட்டத்தட்ட பிரியா போலவே பேசியது அவளை சற்று அதிரச் செய்தது.

"இருந்தாலும் தாத்தா சந்தோஷத்துக்காக அரைமனசா சம்மதிக்கிறேன். அதேசமயம், உங்க பொண்ணை கல்யாணம் கட்டுறதுக்கு முந்தி உங்ககிட்ட நான் சில விஷயங்களை தெளிவா பேசி முடிவு செய்தாகணும்..."

அவனது பீடிகை பலமானதாக இருந்தது. அது லட்சுமியையும் சற்று என்னவோ செய்தது.

"தம்பி... எதுவா இருந்தாலும் வீட்டுல வச்சு பேசலாம்... இங்க வேண்டாமே" என்றாள்.

"அப்ப சரி... எங்க பங்களாவுக்கு வந்துடுங்க."

அவனது அடுத்த பதில் அவளை ஓர் இடி இடித்தது.

"தம்பி இப்ப இருக்கிற நெருக்கடியில் உங்க வீட்டுக்கு நான் வந்து திரும்ப நேரமாகும். நீங்க என் பங்களாவுக்கு வரலாமே?"

"மன்னிக்கணும். நான் உங்க பொண்ணு கழுத்துல தாலிகட்டின பிறகும்கூட உங்க இடத்துக்கு எவ்வளவுதூரம் வருவேன்கிறது பெரிய கேள்விக்குறி. ஏன்னா... மாமியார் வீடுங்கிறது என்வரையில் கொஞ்ச தூரத்துலதான் இருக்கணும். அப்பதான் எனக்கு மதிப்பிருக்கும். பொண்டாட்டிங்கிறவளும் புருஷனுக்கு அடங்கினவளா இருக்கிறது அதைவிட முக்கியம்."

அப்படி சொன்னதில் இருந்தே அவன் எப்படி என்பது லட்சுமிக்கு விளங்கிவிட்ட து. பிரியாவின் கருத்துக்கு எல்லாவிதத்திலும் எதிர்திசையில் நின்று பேசும் இவனோடு தன் மகளால் ஒத்துப்போக முடியுமா?

லட்சுமிக்குள் அங்கேயே கவலை தன் அரிப்பை காட்டத் தொடங்க, அவனிடம் மேலும் வாயைக் கொடுக்காமல் அங்கிருந்து வேகமாக விலகினாள்.

வெளியே வந்து காருக்குள் ஏறி அமர்ந்தவளிடம் பெரிய அளவில் குழப்பம். அப்போது செல்போனில் அலறல். அடுத்து காதைக் கொடுத்தாள். மாவட்ட கலெக்டர் பேசினார்.

"மேடம்... வாழ்த்துகள்."

"எதுக்கு சார்?"

"உங்களுக்கு பத்மஸ்ரீ விருது கிடைச்சி இருக்கு. முதல்வரும் எந்த எதிர்ப்பும் பண்ணலை."

"உண்மையா?"

"கலெக்டர் பேசி முடிக்கவும், ஆனந்தத்தில் தலையே சுற்றும் போல இருந்தது."

நல்லமணி சொன்னது போலவே நாகமாணிக்கக் கல் தன் வேலையை காட்டுகிறதோ?

அவளுக்குள் முதல் தடவையாக அந்த கல்மேல் ஓர் அலாதி மரியாதையும், மதிப்பும்...

அதே நேரம், கார் ஒரு 'ரெயில்வே லெவில் கிராசிங்'கில் தேங்கி நின்றது.

காருக்கு முன்னால் அவளையே வெறித்தபடி அந்த சாமியார் நடந்து கொண்டிருந்தார்!

அத்தியாயம் 

"பின்ன...? டி.வியில 'ஜாக்ரபி சேனல்'னு ஒண்ணு வருது. அதை பாருங்க. அதுல பாம்புங்க முட்டை போடுறதுல இருந்து, குஞ்சு பொறிக்கிறதுவரை காட்டுறாங்க. அனகோண்டா பாம்புல இருந்து, நம்ம ஊர் தண்ணிப்பாம்புவரை அவங்க காட்டாத பாம்புங்க இல்லை. அதுக்காக காட்டுக்குள்ளே கேமராவோடு ஆண்டுக்கணக்கில் அலையுறாங்க. அவங்கள்ல ஒருத்தர்கூட இந்த நாகமாணிக்கம்கிற விஷயத்தை ஒத்துக்க தயாரா இல்லை. மொத்தத்துல நாகமாணிக்கம் என்கிறதே கப்சா மாமா."

சாமியார் சச்சிதானந்தம் அவளைப் பார்த்துக் கொண்டே செல்வதை லட்சுமி கவனிக்கவில்லை. அவளுக்குள் ரமேஷ் ஒருவித ஆண்மையோடு பேசியதுதான் உருண்டு, பிரண்டு கொண்டிருந்தது.

அவனது ஆண்பிள்ளைத்தனமான பேச்சு ஒருபக்கம் அவளுக்கு மகிழ்ச்சியைத் தந்தாலும், மறுபக்கம் பயத்தையும் மூட்டியது. தனது விருப்பப்படி தன் மாளிகையில் வீட்டோடு மாப்பிள்ளையாக இருக்க எந்த காலத்திலும் உடன்படமாட்டான் என்பது ஒருவித பாணியில் அவன் பேசியதிலேயே அவளுக்குத் தெரிந்துவிட்டது.

இந்த நிலையில், இப்படி ஒருவனை பிரியாவும் பிடிக்கவில்லை என்றுதான் கூறுவாள். ஏற்கெனவே கல்யாணப் பேச்சை எடுக்காதே என்று வேறு சொல்லிவிட்டாள். இப்படியெல்லாம் இருக்க இந்தக் கல்யாணம் எப்படி நடக்க முடியும் என்கிற ஒரு பயம் கலந்த

கேள்வியும் அவளுக்குள் எழும்பியது. அவள் மன இரைச்சலுக்கு இசைவான சப்தத்தோடு ரெயில்வே தண்டவாளத்தில் நெல்லை எக்ஸ்பிரஸ் சீறியபடி சென்று கொண்டிருந்தது.

வீடுகள் ஒன்றன்பின் ஒன்றாக விரையும் அந்த அழகை டிரைவர் ஞானமணி மட்டும்தான் ரசித்தான். ரெயில் சென்று முடியவும், 'கேட்' திறக்கப்பட, காரை கிளப்பினான். தன்முன் உள்ள கண்ணாடி வழியாக தீவிரமான சிந்தனையோடு அமர்ந்திருந்த லட்சுமியையும் பார்த்தான்.

மெல்ல போக்குவரத்தில் இருந்து விடுபட்டவனாக – "அம்மா... என்னம்மா, பலமான யோசனையில் இருக்கீங்க... எதாச்சும் சிக்கலுங்களா?" என்று லயமாக பேச்சை ஆரம்பித்தான்.

முப்பது ஆண்டாக ஞானமணி அவளோடு இருப்பதால், அவனை டிரைவராக மட்டும் பார்க்காமல், அவனிடம் ஒரு சகோதர வாஞ்சையும் அவள் கொண்டிருந்தாள். அவனும் அபூர்வமாகத்தான் குடும்ப விஷயத்தில் மூக்கை நுழைப்பான்.

அன்றும் அவன் கேட்கவும், அவளுக்குள்ளும் மனதில் இருப்பதை கொட்டிவிடும் ஒரு அவா!

"ஆமாம் ஞானம்... எனக்கு இப்ப சோதனையான ஒரு காலம் போல..." என்று உதட்டைப் பிதுக்கினாள் லட்சுமி.

"என்னம்மா சொல்றீங்க... சோதனைக்கு சோதனையை கொடுக்கிற தைரியசாலியாச்சேம்மா நீங்க...?"

"இந்த தைரியம், வீரமெல்லாம் ஒரு எல்லைவரைதான் ஞானம். காலம் ஆட்டி வைக்க நினைச்சா நாம ஆடித்தான் தீரணும்?"

"இப்ப அப்படி ஆடிப்போகிற அளவுக்கு என்னம்மா சிக்கல்?"

"என்னன்னு சொல்வேன். நல்லமணி ஐயா, நம்ம பிரியாவுக்கும்... அவர் பேரனுக்கும் கல்யாணத்தை முடிக்க சொல்றாரு. மாரடைப்பு வந்து படுத்திருக்காரு... உயிர் எப்பவேணா போயிடலாம்கற பயம்! பேரனுக்கும் விருப்பம்தான். ஆனா, ரொம்ப காட்டியமா

பேசுறான். கல்யாணம் பத்தி பேச நரிக்குடியில் உள்ள அவங்க வீட்டுக்கு நான் போகணுமாம். இங்கே பிரியாவோ - கல்யாணப் பேச்சை எடுக்காதேங்கிறா..."

"மாப்பிள்ளை ஜமீன் வம்சம் மட்டுமல்ல... ஜமீன் சிங்கம்னும் நீங்க சொல்றதுல இருந்து தெரியுது. உங்க கைக்கு அடங்காம போயிட்டா என்ன பண்ணுறதுன்னு பயப்படுறீங்களாக்கும்?"

ஞானமணி அவளை துல்லியமாக புரிந்து வைத்திருப்பவன் என்பது அவன் கேட்டதிலேயே தெரிந்துவிட்டது. அவன் நேர்த்தியாக கேட்டதற்கு அவளாலும் ஒரு பதிலை பளிச்சென்று சொல்ல முடியவில்லை. மவுனம் சாதித்தாள்.

"விடுங்கம்மா... அதான் பிரியா பாப்பா இப்ப கல்யாணம் வேண்டாம்னு சொல்லிடிச்சில்ல" என்று அவனே 'டிராக்' மாறவும் செய்தான்.

"நானும் அப்படித்தான் நினைச்சேன். ஆனா, நல்லமணி ஐயாவுக்காகவாவது நான் இப்ப பிரியாகிட்ட சம்மதம் வாங்கித்தான் தீரணும்..."

"பிரியாகண்ணு விருப்பத்தை பாருங்க... நல்லமணி ஐயா விருப்பத்தைப்பத்தி நமக்கெதுக்கும்மா கவலை?" - ஞானமணி சரியாகத்தான் கேட்டான்.

ஆனால், அவர்கள் இருவருக்கும் இடையில் நாகமாணிக்கம் என்கிற ஓர் அபூர்வமான விஷயம் இருப்பது அவனுக்குத் தெரியாதே?

லட்சுமி அவனுக்கு பதில் கூறாமல், மவுனமாகவே வந்தாள். பொதுவில் இப்படி குழப்பமாக இருக்கும் தருணங்களில் அவள் யோகா மாஸ்டர் ராமலிங்கம் என்பவரிடம்தான் ஆலோசனைகள் கேட்பாள்.

ராமலிங்கம் ஓர் ஆத்மஞானி, லட்சுமிக்கு வீட்டுக்கே வந்து எல்லா யோகாசனங்களையும் கற்றுத்தந்தவர். இப்போதும்,

அவ்வப்போது வந்து போவார். செல்போனை எடுத்து அவரது எண்களைத் தட்டி அவரைப் பிடித்தாள்.

"ஐயா... நான் லட்சுமி பேசுறேன்."

"நல்லா இருக்கியாம்மா?"

"நல்லா இருக்கேன்ய்யா... ஒரு சில விஷயங்கள்லதான் திடீர் குழப்பம். நீங்க கொஞ்சம் பங்களாவுக்கு வந்தா நல்லாருக்கும்."

"அதனால் என்ன... நீ வண்டியை அனுப்பிவை. நான் வரேன்."

அவர் பதிலைத் தொடர்ந்து, செல்போனை அணைத்தவள் – ஞானமணியின் தோள்பட்டையை பார்த்தபடியே, "ஞானம்... என்னை இறக்கிவிட்டுட்டு, அப்படியே ராமலிங்கய்யாவை போய் கூட்டிட்டு வந்துடு" என்றாள்.

ஞானமணி அப்போதே முடிவு செய்துவிட்டான். நிச்சயம் ஏதோ விவகாரம்தான் என்று!

ஆஸ்பத்திரி.

நல்லமணியைப் பார்க்க உறவுக்காரர் ஒருவர் வந்திருந்தார். இவர் நரிக்குடிக்கு பக்கத்து ஊரான கம்பிக்குடி ஜமீனை சேர்ந்த கைலாசநாதன். படுக்கையில் அரை மயக்கத்தில் இருப்பவரைப் பார்த்துவிட்டு வெளியே வந்தவர், பேரன் ரமேஷைத்தான் கூப்பிட்டு காதைக் கடிக்க ஆரம்பித்தார்.

"ரமேஷ்... என்னப்பா இதெல்லாம்? நேத்து சாயந்தரம்கூட ஐயா என்கூட நல்லவிதமாகத்தானே பேசிக்கிட்டிருந்தாரு..."

"மாரடைப்புங்கிறதே திடீர்னு வர்றதுதானுங்களே?"

"சரி, டாக்டருங்க என்ன சொல்றாங்க...?"

"எங்க சொல்றாங்க? கூடிக்கூடி பேசுறாங்க. 'பைபாஸ்' பண்ணப் போறீங்களான்னு கேட்டா, ரெண்டு நாள் கழிச்சு சொல்றோம் என்கிறாங்க..."

"புரியுது... அவங்க ஒரு முடிவு பண்ணிட்டாங்க. நீவேணா பாரு... இன்னிக்கே ஐயாவை வீட்டுக்கு கொண்டு போகச் சொல்லிடுவாங்க..."

"அப்படியா?"

"ஆமாம்... இங்க அவர் உயிருக்கு ஏதாவது வந்தா, ஜமீன் ஆளுங்க ஆஸ்பத்திரியைத்தானே துவம்சம் பண்ணுவாங்க?"

"என்னங்க பயமுறுத்துறீங்க...?"

"பயமுறுத்தல... நானும் எங்கப்பாவை ஆஸ்பத்திரியில 'அட்மிட்' பண்ணி நல்லது கெட்டது எல்லாம் பார்த்த அனுபவத்துலதான் சொல்றேன். அதே நேரம் எனக்கு ஒரு சந்தேகம்?"

"என்னங்க?"

"ஐயா இப்படி ஆஸ்பத்திரியில கிழிஞ்ச பாய் மாதிரி கிடக்கவேண்டிய அவசியமே இல்லையே... எப்படி இவ்வளவுதூரம் ஆச்சு?"

"நீங்க பேசுறது புரியலீங்களே...?"

"என்ன ரமேஷ்... உனக்கு உடைச்சு சொன்னாத்தான் தெரியுமாக்கும்...? உங்க மாளிகைலதான் யார்கிட்டேயும் இல்லாத ஒரு காவல் சக்தி இருக்குதேப்பா. அது இருக்கிற இடத்துல இப்படியெல்லாம் நடக்கக்கூடாதேப்பா..."

"ஓ... நீங்க அந்த நாக மாணிக்கத்தை சொல்றீங்களாக்கும்?"

"மெல்லப் பேசு... யார் காதுலையாவது விழுந்துடப்போகுது..."

"என்னங்க மாமா நீங்க... எனக்கு அதுல எல்லாம் சுத்தமா நம்பிக்கை இல்லீங்க... நாகமாணிக்கம் இருந்தா மாரடைப்பு வராதுங்கறதெல்லாம் பயங்கர முட்டாள்தனமான பேச்சு. முதல்ல அது நாகமாணிக்கம்தானான்னே எனக்கு சந்தேகம்... அது தெரியுமா உங்களுக்கு?"

"ஐயாவின் பேரனா இப்படி பேசுறே?"

"பின்ன...? டி.வியில் ஜாக்ரபி சேனல்னு ஒண்ணு வருது. அதை பாருங்க. அதுல பாம்புங்க முட்டை போடுறதுல இருந்து, குஞ்சு பொறிக்கிறதுவரை காட்டுறாங்க. அனகோண்டா பாம்புல இருந்து, நம்ம ஊர் தண்ணிப்பாம்புவரை அவங்க காட்டாத பாம்புங்க இல்லை. அதுக்காக காட்டுக்குள்ள கேமராவோடு ஆண்டுக்கணக்கில் அலையுறாங்க. அவங்கள்ல ஒருத்தர்கூட, இந்த நாகமாணிக்கம் என்கிற விஷயத்தை ஒத்துக்க தயாரா இல்லை. மொத்தத்துல நாகமாணிக்கம் என்கிறதே கப்சா மாமா..."

"அப்ப உங்க ஜமீன்ல இருக்கிறது?"

"அது ஒரு கல்லு... நவரத்தினத்துல ஒண்ணா இருக்கலாம்... அதுதான் என் அபிப்பிராயம் மாமா..."

"அப்ப நீ அதை பெருசா நினைக்கலையா?"

"நிச்சயமா..."

"சரி... நான் நல்ல விலைக்கு கேட்டா, நீ கொடுத்திடுவியா?"

"தாராளமா... ஆனா, என் தாத்தா ரொம்ப கெட்டிக்காரர். நான் நம்பிக்கை இல்லாதவன்கிறது அவருக்கும் தெரியும். உங்களை மாதிரி யாராவது கேட்டா நான் தூக்கி கொடுத்துடுவேன்னு தெரிஞ்சுதானோ என்னவோ அதை தூக்கி 'லயன்' லட்சுமியம்மாவுக்கு கொடுத்துட்டார்..."

போகிற போக்கில் ரமேஷ் சொன்ன அந்த உண்மை, கம்பிக்குடி ஜமீன் கைலாசநாதன் நெஞ்சில் நல்ல 'பஞ்சிங்'குடன் விழுந்த ஒரு குத்தாகத்தான் இருந்தது.

"ரமேஷ், நிஜமாவா சொல்றே...?" என்று வியப்போடு கேட்டார்.

"ஆமாம் மாமா... மாணிக்கக்கல்லை கொடுத்ததோடு, அந்தம்மா மகளைத்தான் நான் கட்டிக்கணும் என்கிறதும் தாத்தாவோட விருப்பம். அவங்களும் இப்பதான் வந்துட்டு போறாங்க..."

"ஒ... ஐயா இந்த வகையில் கூட்டிக் கழிக்கிறாரா?" - கைலாசநாதன், நல்லமணி ஐயாவின் உள் கணக்கை விநாடியில் புரிந்துகொண்டார்.

"என்ன கணக்கு வழக்கோ...? அந்த அம்மாவும் கொஞ்சம் சிங்கம் மாதிரிதான் பேசிப் பார்த்தாங்க... என்கிட்ட வேகுமா, அவங்க பருப்பு? முறையா ஜமீனுக்கு வந்து பொண்ணு வீட்டுக்காரங்க எப்படி அணுகணுமோ அப்படி அணுகுங்கன்னு சொன்னேன். அப்படியே, பொம்பளை பொம்பளையா இருந்தாதான் எனக்கும் பிடிக்கும்னு சொல்லாம சொல்லி அனுப்பினேன்..."

ரமேஷ் அலட்சியமாக – செல்போனில் வந்த ஒரு தகவல் சப்தம் கேட்டு அதை பார்த்தபடியே சொன்னான்.

கம்பிக்குடி ஜமீன்தார் கைலாசநாதனோ "ஏமாந்துட்டேனே...!" என்று நாக்கை மடித்து, கடித்துக் கொண்டார். அதைக் கவனித்த ரமேஷ், "மாமா என்ன... உங்களுக்கு இப்ப அந்த நாகமாணிக்கம் வேணுமாக்கும்?" என்றான்.

"....."

"போங்க மாமா... போய் வேலையைப் பாருங்க. இந்த மாதிரி சமாசாரம் எல்லாமே பெரிய ரீல். அது இருந்தாலும், இருக்காட்டியும் நடக்கிறதுதான் மாமா நடக்கும்..." – என்றான், தன் வாலிபத்துக்கே உரிய கிண்டலான தொனியோடு...

ஆனால், கைலாசநாதன் மனம் சமாதானம் அடையவில்லை.

"உனக்கென்னடா தெரியும்... நீ பொடிப்பய! லட்சுமிகிட்ட அது போய் சேர்ந்துடுச்சிங்கிறது உண்மைன்னா, அவ எல்லா வகையிலேயும் பலமாகப் போறாள்ன்னுதான் அர்த்தம்."

"நல்ல நாளிலேயே அவ ஒரு வில்லங்கமானவ... இனி அவளை பிடிக்க முடியாதே!" – என்றபடியே முணுமுணுத்தார்.

கைலாசநாதன் எந்த நேரத்தில் அப்படி நினைத்தாரோ தெரியாது, லட்சுமி வீட்டு தொலைபேசி சிணுங்கியது. அவள் பல கல்லூரிகள் மற்றும் பள்ளிகளை நடத்தி கல்விச் சேவை செய்து வருவதை எல்லாம் வைத்து மத்திய அரசு அவளுக்கு பத்மஸ்ரீ விருது அளிக்க முடிவு செய்து – அந்த செய்தியை தலைமை செயலகத்தில் இருந்து ஒருவர் கூறி முடித்தார்.

லட்சுமிக்கு கொஞ்சம் 'ஜிவ்'வென்று வானத்தில் பறக்கிற மாதிரிகூட இருந்தது. அடுத்த நிமிடமே இன்னொரு போன். இந்த போன், அமெரிக்காவில் டெக்சாஸ் நகரில் உள்ள அவள் வீட்டில் ஒரு பெட்ரோல் கிணறு இருப்பதை உரியவர்கள் கண்டுபிடித்துவிட்டதை கூறி முடித்தது. அரசாங்க 'ராயல்டி' மட்டுமே மாதாமாதம் லட்சக்கணக்கில் வரும் என்கிற அந்த செய்தியின் பரிமாணம் அவளை மேலும் அப்படியே சிலிர்க்க வைத்துவிட்டது.

செய்தி, பிரியாவுக்கும் போனது. உடனேயே அவள் தோட்டத்து பக்கம்தான் ஓடிப்போனாள். பெரியதாகப் பூத்திருந்த ஒரு ரோஜாவை பறித்துக்கொண்டு ஓடிவந்தாள். லட்சுமியிடம் ஒரு சேவகன் போல பணிவாக வணங்கியபடியே அந்த பூவை வைத்தாள்.

"மை டியர் பத்மஸ்ரீ அம்மா எனக்கு இப்ப எவ்வளவு சந்தோஷமாக இருக்கு தெரியுமா?" - என்று கேட்டாள்.

கச்சிதமான அந்த வேளையில், போர்டிகோவில் ராமலிங்கய்யாவும் இறங்கி, உள்ளே நுழைந்து கொண்டிருந்தார்.

"பிரியா... என் வாழ்க்கையில் இது ஒரு மறக்க முடியாத நாளுடா..." என்றாள், லட்சுமி. அதே ஜோரில் ராமலிங்கய்யாவையும் வரவேற்று, மாடியில் உள்ள குளிர்சாதனம் பொருத்திய தனது அறைக்கு அழைத்துச் சென்றாள்.

பின்னர் உள்ளே அவர் காலில் விழுந்து வணங்கி, 'பத்மஸ்ரீ' ஆகப்போவதை கூறினாள். அவரும் அவள் உச்சந்தலையில் கைவைத்து வாழ்த்தினார்.

"ஐயா... இன்றைய தினம் என் வாழ்க்கையில ரொம்ப சந்தோஷமான நாள். அதே அளவு குழப்பமான நாளும்கூட..." - என்று ஆரம்பித்து, நடந்த அவ்வளவையும் கூறி முடித்தாள். ராமலிங்கய்யாவும் நிதானமாக கேட்டுக் கொண்டார்.

"என்னய்யா சொல்றீங்க... நாகமாணிக்கக் கல் வேலை செய்யுறதை நான் பார்க்கிறேன். அது இனி என்கிட்டேயே

இருக்கணும்னா நல்லமணி ஐயா பேரனுக்கு நான் பிரியாவை கொடுக்கணும். அதுவும் வேகமா... ஆனா அவனோ..."

அவள் மீண்டும் பேச்சை நீட்டிக்க – பேசியது போதும் என்கிற மாதிரி கையை உயர்த்தி ராமலிங்கைய்யா தடுத்தார். பின் அவளை ஆழமாக ஊடுருவ ஆரம்பித்தார். அங்கே ஓர் அர்த்தமுள்ள நிசப்தம்.

துல்லியமான அதே வேளையில் – நாகமாணிக்கத்தை அவள் பாதுகாப்பாக வைத்திருக்கும் அந்த அறையின் 'லாக்கர்'மேல் பன்னிரண்டு அடி நீளத்துக்கு குறையாத நாகம் ஒன்று 'ஸ்பிளிட் ஏ.சி'யின் ரப்பர் துவாரம் வழியாக உள்ளே நுழைந்தபடி இருந்தது!

அத்தியாயம் 

"சத்தியமா? நாகமாணிக்கம்கறது ஒரு பித்தலாட்டம். உனக்கு அவ்வளவுகூடவா தெரியாது?"

'லாக்கர்' பெட்டிமேல் விழுந்து, பின்னர் படம் விரித்த நிலையில் நிமிர்ந்த அந்த நாகம் 'உஸ்ஸ்...' என்று தனக்கே உரித்தான விதத்தில் சப்தமெழுப்பவும்... லட்சுமியும், யோகி ராமலிங்கய்யாவும் சப்தம் வந்த பக்கமாக திரும்பினர்.

அப்போது அந்த நாகமும் நிமிர்ந்து எழும்பி நின்றபடி, தன் பட்டாணி அளவு கண்களால் இருவரையும் தீர்க்கமாக பார்த்தது.

லட்சுமிக்குள் கணத்தில் அமிலம் சுரக்க ஆரம்பித்துவிட்டது. யோகி ராமலிங்கய்யா, அவள் அளவுக்கு பாதிக்கப்படவில்லை. இருந்தும் முகம் வெளிறியவராக லட்சுமியைப் பார்த்து மிரட்சியைக் காட்டினார்.

"ஐய்ய்ய்யா!"

"பயப்படாதே லட்சுமி... நாகமாணிக்கம் இருக்கிற இடத்துல அதோட சக்திக்கும், வாடைக்கும் பாம்புங்க வரும்னு நான் கேள்விப்பட்டிருக்கேன்."

"ஆ... ஆமாங்க! நல்லமணி ஐயாகூட மாணிக்கக் கல்லை கொடுத்தனுப்பிட்டு, போன் பண்ணுனப்ப சொல்லி இருந்தாரு..."

"உன்கிட்ட இருக்கிறது 'ஒரிஜினல்' நாகமாணிக்க கல்லுதான் என்பதுக்கு இங்கே வந்துட்ட இந்த நாகமே சாட்சி போகட்டும்! இதை கைகூப்பி வணங்குவோம்... அதான் நாம் இப்ப செய்ய வேண்டியது."

ராமலிங்கய்யா இறுதியாக 'வணங்குவோம்' என்று சொன்னதை கேட்க, லட்சுமி அந்த அறையில் இல்லை. வேகமாக கதவைத் திறந்து கொண்டு வெளியேறிய அவள், வேலைக்காரர்களை அழைப்பது அவர் காதிலும் விழுந்தது.

"டேய் அருணகிரி... ராஜசேகரா... ஓடிவாங்கடா... என் அறையில் பாம்பு!"

அந்தக் குரல் ராமலிங்கய்யாவை பெருமூச்சுவிட வைத்தது. வேலைக்காரர்களும், 'திடுதிடு'வென்று ஓடிவந்தனர். பின்னாலேயே வந்த லட்சுமிக்கு அடுத்தகட்ட அதிர்ச்சி காத்திருந்தது. அந்த நாகம் இப்பொழுது 'லாக்கர்'மேல் இல்லை.

ராமலிங்கய்யாவும் பதறிப்போய் பேச்செடுத்தார். "லட்சுமி... எதுக்கு வேலைக்காரங்களை கூப்பிட்டே? நாகத்தை அடிக்கக்கூடாது. அதுவும் நல்லவிதமா வாழுற ஒரு வீட்டுக்குள்ள அந்தத் தப்பு நடக்கவே கூடாது."

அவர் பேசுவதை காதில் வாங்காதபடி, வேலைக்காரர்கள் அந்த பாம்பை அறை முழுக்க தேடத் தொடங்கினர். அதை அடிப்பதற்காக கையில் கிடைத்ததை எல்லாம் தூக்கிக் கொண்டனர்.

ஆனால், அந்தப் பாம்பு எப்படியோ வந்த சுவடு தெரியாதபடி மறைந்து போனதுதான் ஆச்சரியம்!

அம்பாரி மாளிகையே அரண்டு போனது... யாரிடம் பார்த்தாலும் பீதி... எவரிடம் பார்த்தாலும் அச்சம்!

ராமலிங்கய்யா மட்டும் உறுதியாகச் சொன்னார்.

"லட்சுமி... நீ அந்த நாகமாணிக்கத்தை பூஜை அறையில் கொண்டுபோய் வைச்சு பூஜை செய். இந்த வீட்டுக்குள்ள எந்த ரசாபாசமும் நடந்துடக்கூடாதுன்னும் வேண்டிக்க. நிச்சயமா எந்தத் தப்பும் நடக்காது. அநேகமா அது காவல் நாகமாதான் இருக்கணும். காவல் நாகம் எப்பவும் எஜமானருக்கு தப்பு பண்ணாது."

லட்சுமியும் அவர் சொன்னபடியே செய்ய ஆயத்தமானாள். ராமலிங்கய்யாவும் பிறகு பார்ப்பதாக அவளிடம் கூறிவிட்டு, விடைபெற்றுக் கொண்டார்.

பிரியாவின் தனியறை!

ஏ.சியின் இதமான குளிருட்டத்துக்கு நடுவில், வெளியே நிலவும் பதற்றம் பற்றி துளிகூட தெரியாதபடி அர்ஜுனுடன் பேசிக்கொண்டிருந்தாள், பிரியா!

"அர்ஜுன்... அடுத்து நீ என்னடா பண்ணப்போறே?"

"நீ என்ன பண்ணப்போறே பிரியா?"

"எம்.எஸ். பண்ணலாம்னு நினைக்கிறேன். அமெரிக்கா போறதுக்கு திட்டம் இருக்கு. ஆனா, என் அம்மாவை நினைச்சாதான் கஷ்டமா இருக்கு."

"உன் 'அம்மா நோய்' உன்னைவிட்டு எப்பதான் போகுமோ?"

"போடா... உனக்கெல்லாம் சொன்னா புரியாது. பாவம் தெரியுமா, என் அம்மா."

"அப்ப எதுக்கு அமெரிக்கா... அதிக படிப்பு? பேசாம உன் அம்மாகூடவே இருந்துடு. அதான் ஏழு தலைமுறைக்கு சொத்து இருக்கே?"

"அம்மாவும் கிட்டதட்ட அப்படித்தான் திட்டம் போட்டுகிட்டு இருக்காங்க. உனக்கு ஒரு விஷயம் தெரியுமா?"

"எப்படி பிரியா உன்னால் இப்படியெல்லாம் கேனத்தனமா ஒரு கேள்வி கேட்க முடியுது?"

"எதுடா கேனத்தனம்?"

"பின்ன... விஷயம் என்னன்னே சொல்லாம, 'உனக்கொரு விஷயம் தெரியுமா'ன்னா என்ன அர்த்தம்?"

"சாரி... நானே சொல்லிடுறேன். என் அம்மா எனக்கு கல்யாண ஏற்பாடு பண்ணிகிட்டு இருக்காங்க. மாப்பிள்ளையும் எங்க அந்தஸ்துக்கு ஏத்த பெரிய இடம்."

பிரியா தன் கல்யாண விஷயம் பற்றி பேசிக்கொண்டு இருக்கும்போதே - அந்தப் பக்க அர்ஜுன் கதை கேட்கப் பிடிக்காதவன் போல செல்போனை 'கட்' செய்தான்.

பிரியாவுக்கும் அவன் 'கட்' செய்தது எதனால் என்பது புரிந்தது. கையில் உள்ள செல்போனையே அர்ஜுனா நினைத்துக்கொண்டு, "உனக்கு என்மேல காதல் இருக்குன்னா 'ஐ லவ் யூ பிரியா'ன்னு தைரியமா நேர்ல சொல்டா. இப்படி பொறாமைபட்டு போனை 'கட்' பண்ணாதே" என்று செல்லமாக சிணுங்கிக் கொண்டாள்.

அப்படியே எழுந்து கண்ணாடி முன்னால் போய் நின்று, தன்னைத்தானே உற்றுப் பார்த்துக் கொண்டாள்.

'தான் ஒரு நல்ல அழகிதான்!' என்கிற கர்வம் அவளுக்குள் மெல்ல எட்டிப்பார்த்த தருணத்தில், அந்த அறைக்குள்ளும் 'உஸ்ஸ்...' என்ற சத்தம். பிரியாவுக்கு நடு முதுகில் ஒரு சிற்றெறும்பு ஊறுகிற மாதிரி இருந்தது.

சத்தம் நீளத் தொடங்கியது. பிரியாவும் தன் கண்களை சுழலவிட்டாள். அப்படியே தளர்வான தன் கூந்தலை லாகவமாக ஒதுக்கிவிட்டுக் கொண்டாள்.

சத்தத்துக்கு காரணமான அந்த நாகம், அவளது அறையில் 'லாப்டாப் கம்ப்யூட்டர்' பக்கத்தில் சுருண்டு படுத்திருந்தது. பார்வையின் சுழற்சியில் பிரியாவும் பாம்பைப் பார்த்துவிட்டு, முதலில் அதை ஒரு பொம்மையாகத்தான் உணர்ந்தாள்.

அதன் படம் விரித்த தலைப்பாகம் அசையவும்தான் அது உயிருள்ள நாகம் என்பது அவளுக்குள் உணர்வானது. அடுத்த நொடி, இரத்த ஓட்டத்துக்குள் சர்க்கரை கரைவது போல, பயம் உடலில் கலக்கத் தொடங்க - இதயத்திலும் 'திக்... திக்...' என்கிற சத்தம்!

கச்சிதமாக கதவு திறக்கப்பட - கதவின் அருகில் 'லயன்' லட்சுமி, தனக்கு நேர் எதிரில் ஒரு சிலை போல பிரியா நிற்பதைப் பார்த்த அவள், மகள் பார்ப்பதை வைத்து, அவளும் பாம்பை பார்த்துவிட, அவளுக்குள்ளும் 'திக்திக்' உணர்ச்சி!

சில பல நொடிகள் ஸ்தம்பித்தாலும் அதிலிருந்து விடுபட்டு, "டேய் அருணகிரி, ராஜசேகர்..." என்று ஓங்கலாய் குரலெடுத்தாள். அவர்களும் ஓடிவந்தனர். ஆனால், அவர்கள் வருவதற்குள் அங்கிருந்தும் மாயமாகிவிட்டது, அந்த நாகம்!

"அம்மா..."

பிரியா ஓடிவந்து லட்சுமியைக் கட்டிக் கொண்டாள்.

"பயப்படாதேம்மா... பயப்படாதே! டேய்... அதை அடிக்காம உயிரோடு பிடிச்சு வெளியே கொண்டுபோய் விடுங்கடா."

"அட... என்னம்மா நீங்க... பாம்பை பார்த்த இடத்துல அடிச்சிடணும். இல்லேன்னா அது நம்மை கடிச்சிடும்மா..."

"பதில் பேசாதீங்கடா... சொன்னதை மட்டும் செய்யுங்க."

அவள் கட்டளைப்படியே அந்த அறையை சல்லடை போட்டு சலித்துப் பார்த்துவிட்டனர். அது அகப்படவே இல்லை!

பிரியா, தாய் லட்சுமியை கட்டிக்கொண்ட பிடியை விடவே இல்லை.

அப்படியே இருவரும் ஹாலுக்கு வந்தனர். ஹாலில் சோபாவில் அமர்ந்து கொண்ட பிரியா, காலை தொங்கப் போட்டுக் கொள்ளக்கூட அஞ்சினாள். முத்துமுத்தான வியர்வை அவள் முகத்தில்...

ஒரு வேலைக்காரன் லட்சுமியிடம் வந்து பணிவாக கைகட்டிக்கொண்டு, "அம்மா... அந்த பாம்பை நாம் பிடிக்கிறது சாத்தியம் இல்லம்மா. பாம்பாட்டிங்க வந்தாதான் முடியும். மகுடி வாசிச்சு, அதை வெளியே இழுத்து ஒரே அமுக்கா அமுக்கிப் பிடிக்கணும்மா" என்றான்.

"அப்ப போய் பாம்பாட்டியை கூட்டிக்கிட்டு வாங்கடா."

"அவங்களை எங்கே போய் நான் தேடுவேன்ம்மா?"

"அப்புறம் எதுக்குடா சொல்றே... இதோ பாரு என்ன செய்வியோ ஏது செய்வியோ தெரியாது. இன்னும் ஒரு மணி

நேரத்துல பாம்பாட்டி இந்த மாளிகைக்குள்ள வந்தாகணும். ஒருத்தருக்கு பத்து பேர் தேடிகிட்டு போங்க. ஓடுங்க..."

லட்சுமி, மழையில் நனைந்திருந்த புறா போல ஆகி இருந்தாள். அவளது மொத்த கலகலப்பும் பாம்பு பயத்தில் ஆவியாகிவிட்டிருந்தது.

"பிரியா கண்ணு... பயப்படாதேம்மா! அந்தப் பாம்பு வந்தது ஒருவிதத்துல நல்லதுதான்" என்று பிரியாவின் தலையை கோதிவிட்டாள்.

"நல்லதா... என்னம்மா உளறுறே?"

"ஆமாம்... உனக்கு தெரியாது. இப்ப உலகத்தில் யார்கிட்டேயும் இல்லாத ஒரு விஷயம் நம்ம பங்களாவில் இருக்கு."

"உலகத்துல யார்கிட்டேயும் இல்லாததா?"

"ஆமாம்டா... நீ நாக மாணிக்கம் பத்தி கேள்விப்பட்டிருக்கியா?"

பிரியா மறுப்பாக உதட்டைப் பிதுக்கினாள்.

"ரொம்ப அபூர்வமானது. அது இருக்கிற இடத்துல அதிருஷ்டம் கொழிக்கும்னு சொல்லுவாங்க. இது எவ்வளவு பெரிய உண்மைன்னும் நான் இப்ப உணர்ந்துட்டேன்."

"அம்மா... என்னம்மா நீ சொல்றே... நாகமாணிக்கத்துக்கும், நம்ம வீட்டுக்குள்ள பாம்பு வந்ததுக்கும் என்னம்மா சம்பந்தம்?"

"என்னா அப்படி கேட்டுட்டே? இப்ப நம்ம வீட்டுல அந்த நாகமாணிக்கம் இருக்கு. அதான் அதை தேடிகிட்டு பாம்பு வந்துடுச்சி..."

ரகசியமான குரலில் பிரியாவின் காதில் லட்சுமி சொல்லி முடிக்க, பிரியாவுக்குள் எக்குத்தப்பான திகைப்பு.

"பிரியா..."

"....."

"பிரியா செல்லம்..."

"உம்..."

"என்னடா... நம்பமுடியலையா உன்னாலே?"

"ஆமாம்மா... என்னம்மா இது புது கதை?"

"கதையா... நான் சொன்னதெல்லாம் சத்தியம்டா கண்ணு..."

"சத்தியமா...? நாகமாணிக்கம்கறது ஒரு பித்தலாட்டம். உனக்கு அவ்வளவு கூடவா தெரியாது?"

"இல்லடா... நானும் ஆரம்பத்துல சந்தேகப்பட்டேன். ஆனா, இது அப்படி இல்லை. அது இருக்கிற இடத்துல பாம்புங்க தானா தேடிவரும்னு நல்லமணி ஐயா ஏற்கெனவே என்கிட்ட சொல்லி இருந்தாரு. இப்பகூட அப்படித்தான் நடந்துருக்கு."

"நல்லமணி ஐயான்னா...?"

"நரிக்குடி ஜமீன் குடும்பம்மா... அவர் பேரனுக்குத்தான் உன்னை கேட்டார். இது, அவர் அதுக்காக கொடுத்த சீதனம் மாதிரின்னு வைச்சுக்கோயேன்."

"அதான் கல்யாணப் பேச்செடுத்தியா... கடவுளே, இப்ப நான் என்ன பண்ணுவேன்?" - பிரியா கசந்துபோய் கைகளை பிசைந்து கொள்ளத் தொடங்கினாள்.

"பிரியா... நீ அநாவசியமா 'டென்ஷன்' ஆகாதே. நமக்கு இனி நல்ல காலம்தான். அதை நான் நல்லா புரிஞ்சுகிட்டேன். இந்தப் பாம்பு வீட்டுக்குள்ள நுழைஞ்சுதுல எனக்கு வருத்தமே இல்லை. ஏன்னா, இது என் சந்தேகத்தை போக்கின பாம்பு, என்கிட்ட இப்ப இருக்கிறது யார்கிட்டேயும் இல்லாத ஒரு விஷயம். அதை நான் எக்காரணம் கொண்டும் இழக்கமாட்டேன். இனி இந்த அம்பாரி மாளிகை, உலகத்தையே ஆட்டிவைக்கப் போறதையும் நீ கண்கூடாக பார்ப்டே."

"என்னம்மா உளறிகிட்டே போறே... அப்ப நீ நல்லமணி ஐயா பேரனுக்கு என்னை கல்யாணம் பண்ணி கொடுக்கப்போறியா?"

"ஆமாம் பிரியா... அதுதான் இப்ப எனக்கு இருக்கிற ஒரே வழி. ஒரு ஆச்சரியம் பாரு... அந்த பையனும் நீ விரும்புற

ரகம்தான்! அதாவது, ஒரு ஆம்பளைக்கு தேவையான அவ்வளவும் அவன்கிட்ட இருக்கு."

"அம்மா..."

"பிரியா கண்ணு... அநாவசியமா நீ மனசைப் போட்டு குழப்பிக்காதே. இப்ப நம்ம வீட்டுக்குள்ள நுழைஞ்சிருக்கிற பாம்பை நிச்சயமா பாம்பாட்டியைவிட்டு பிடிச்சிடுவேன். அப்புறமா, பாம்பு வராம இருக்க சில மூலிகைகள் இருக்கு. சிரியாநங்கை, நாகதாளின்னு... அவற்றை வாங்கி வந்து பங்களாவை சுத்தி வைச்சுட்டா, அதன்பிறகு நாம் பயப்பட வேண்டாம். ஆனா, இந்த சமுதாயமே நம்மைப் பார்த்து பயப்படும். அதுமட்டும் நிச்சயம்!"

லட்சுமியின் முகத்தில், இந்த நாட்டுக்கே அவள் ராணியாகிவிட்டதைப் போல ஒரு செருக்கு. பிரியாவுக்கு அவளைப் பார்க்கவே என்னவோ போல் இருந்தது.

அம்பாரி மாளிகையிலும் ஓர் அசாத்திய அமைதி. வேலைக்காரர்கள் அவ்வளவு பேரும், பாம்பை நினைத்து கண்களை சுழற்றியபடியே இருந்தனர்.

லட்சுமி சொன்ன அந்த ஒரு மணி நேரமும் முடிந்துவிட்டது. பாம்பாட்டியை அழைத்து வருவதாகச் சொல்லி சென்றவர்களில் ஒருவன், மகுடியும் கையுமாக சாமியார் போன்ற ஒருவரோடு வந்து சேர்ந்தான்.

அம்பாரி மாளிகையின் வாசலில் நின்று நிமிர்ந்த அவர் முகத்தில் ஒரு சன்னமான வெற்றிப் புன்னகை. லட்சுமியும் அவரைப் பார்த்துவிட்டு விசாரித்தாள்.

"டேய்... யாருடா இவர்? பார்க்க சாமியார் மாதிரியே இருக்காரே?"

"ஆமாம்மா... பாம்பாட்டியை தேடி அலைஞ்சுகிட்டிருந்தேன். ஒருத்தன்கூட கிடைக்கலை. அப்ப இவரா எதிர்ல வந்தார். 'என்ன, பாம்பு பிடிக்கணுமா?'ன்னு கேட்டாரு... எனக்கு தூக்கிவாரிப்

போட்டுச்சு. 'நான் சாமியார்தான். அதேநேரம், நல்ல பாம்புகளை அதோட விஷத்துக்காக பிடிப்பேன்'னு சொல்லவும்... கூட்டிகிட்டு வந்தேன்" என்றான், அந்த வேலைக்காரன்.

லட்சுமியின் பார்வையும், சாமியார் பக்கம் திரும்பியது.

"சாமி பேரு?"

"சங்கரானந்தம்!"

லட்சுமிக்கு உண்மையில் அவர் யாரென்று தெரியவில்லை. ஆனால், அவர் முகத்திலோ - வரவேண்டிய இடத்துக்கு மிகச் சரியாக வந்து சேர்ந்துவிட்டதைப் போல ஓர் உற்சாக மகிழ்ச்சி!

அத்தியாயம் 

"அம்மா... நான் இப்ப இங்கே சொன்னது நாகபந்தன மந்திரம்! ரொம்ப அபூர்வமானது. இன்னிக்கு இது தெரிஞ்சவங்க ரொம்ப குறைவு. இந்த மந்திரத்தை எழுதி வைக்கக்கூடாது!"

அம்பாரி மாளிகையின் பிரமாண்ட நிலைகால்படி முன்னால் நிமிர்ந்து நின்றார், சங்கரானந்தம். களங்கமில்லாத காவி வேட்டி - சட்டை, பாதிக்கு பாதி நரை விழுந்துவிட்ட சடாமுடி - தாடி முகம். அதில் கூர்மையான நாசி கண்ணிரண்டிலும் ஒரு தேடல்!

சங்கரானந்தம் பற்றி வேலைகாரர்கள் சொன்ன சூட்டோடு ஒதுங்கி நின்று கொள்ள, லட்சுமி அவரை அளப்பது போல பார்த்தாள். சமீபகாலமாகவே சாமியார்கள் என்றால் ஒருவித அச்சம் ஏற்படுவதை அவளாலும் தவிர்க்க முடியவில்லை.

பல போலிச்சாமியார்களின் லீலைகள், நல்ல சாமியார்களையும் சந்தேகப்பட வைத்துவிட்டது. 'இந்த சங்கரானந்தம் அதில் எந்த ரகம்?' லட்சுமிக்குள் கேள்வி எழும்ப – அவரை உள்ளே வந்து சோபாவில் அமரச் சொன்னாள். அங்கங்கே தடிகளோடு வேலைக்காரர்கள். சங்கரானந்தமும் பார்த்துச் சிரித்தார். அப்படியே அம்பாரி மாளிகையையே தன் பார்வையால் அளந்து முடித்தார்.

அங்குலத்துக்கு அங்குலம் அம்பாரி மாளிகையில் அந்தக் காலம் தெரிந்தது. இன்றைக்கு எந்த மாளிகையிலும் மரங்களுக்கு இடமில்லை. உத்தரத்தில் இருந்து வாசல் நிலைவரை எல்லாமே இரும்பும், பிளாஸ்டிக்குமாய் போய்விட்டன.

"சாமி எதை அப்படி பார்க்கிறீங்க?" – லட்சுமி பேச்சை ஆரம்பித்தாள்.

"ஒண்ணுமில்லைம்மா... இந்த மாளிகையோட லட்சணத்தை ரசிச்சேன்..."

"மன்னிக்கணும் சாமி. முதல்ல பாம்பை பிடிக்கற வழியைப் பாருங்க. அது வசப்பட்ட பிறகு, நானே இந்த மாளிகையை உங்களுக்கு சுத்திக் காட்டுறேன்..."

"பதற்றப்படாதேம்மா... இந்த மனை, வாஸ்து பலம் உள்ளது. இங்கே துர்மரணங்களுக்கு இடமேயில்லை. இப்படியொரு மாளிகைக்குள் சர்ப்பம் வந்திருக்குன்னா அதுக்கு பின்னால் அழுத்தமான வேறு ஒரு காரணம் இருக்கணும்."

சங்கரானந்தம், நாகமாணிக்கத்தை மனதில் வைத்துக் கொண்டு பேசியது லட்சுமியை நிரடியது.

"சாமி... காரணத்தை ஆராய்கிற நேரமா, இது? முதல்ல பாம்பைப் பிடிக்கிற வழியைப் பாருங்க..."

"அது ரொம்ப சுலபம்மா... உன் வேலைக்காரர்கள்கிட்ட சொல்லி ஒரு மண்பானையை கொண்டுவரச் சொல்..."

"மண்பானையா... எதுக்கு?"

"கொண்டுவரச் சொல்... பிறகு பாரு..."

அடுத்த நொடி, வேலைக்காரர்களில், ஒருவன் ஓடினான். அதன்பின் அவரிடம், வடமேற்கு மூலையை பார்த்து ஒரு சிரிப்பு.

"என்ன சாமி சிரிக்கிறீங்க?"

"இல்ல... வடமேற்கு மூலையான வாயு மூலையில் மேல மூடியிருக்கு... அது வழியா காத்து நுழைய வழி இல்லை. இதனால் இந்த வீட்டு எஜமானியம்மாளுக்கு எப்பவும் ஒரு மனக்கவலை... இல்லேன்னா மனப்புழுக்கம் இருந்துகிட்டே இருக்கும்..."

"இது என்ன வாஸ்து ஜோசியமா?"

"ஆமாம்... அதே நேரம் வடகிழக்கு பாகமான ஈசானியமும் ரொம்ப பாதிக்கப்பட்டிருக்கு. அதாவது, வடக்கு கிழக்குலேயும் திறப்பே இல்லை... அங்க ஒரு மேடை போல கட்டி, அதுமேல சோபா செட்டை போட்டுருக்கீங்க..."

"அதனால் என்ன?"

"உங்க எதிர்காலமும், உங்க வாரிசுகளோட எதிர்காலமும் சிக்கலான நிலைக்கு போகப் போகுதுன்னு அதுக்கு அர்த்தம்."

"நீங்க பாம்பு பிடிக்கிறவரா... இல்லை இப்படி இஷ்டத்துக்கும் உளறுபவரா?"

லட்சுமியிடம் கோபம், குளத்தைப் பார்த்த தவளையைப் போல் துள்ளியபடி வந்தது.

"அம்மாடி... நான் பாம்பு பிடிக்கிற பிடாரன் இல்லை. சந்நியாசி. ஜாதகம், ஜோசியம், வாஸ்துங்கிற எல்லாமே ஒருவிதத்துல ஒண்ணோடு ஒண்ணு தொடர்புடைய விஷயங்கள்தான். அவற்றில் எனக்கு விசேஷ ஞானமுண்டு. அதனாலதான் இந்த பங்களாவை பார்த்துட்டு அதற்குண்டான பலன்களை என்னால சொல்லாம இருக்க முடியலை..."

அவர் பேசிமுடிக்க, பானை வர சரியாக இருந்தது. அந்த பானையை வாங்கி, ஹாலின் மையத்தில் வைத்தவர், அருகிலேயே சம்மணமிட்டு அமர்ந்து கொண்டார்.

லட்சுமிக்கு அவர் செய்கை எல்லாமே விநோதமாக இருந்தது. வேலைக்காரர்களும் ஒருவித பரபரப்போடு, அவர் அடுத்து என்ன செய்யப்போகிறார் என்று பார்த்தனர்.

சம்மணமிட்டு அமர்ந்து கொண்ட அவர், முணுமுணுவென்று மந்திரம் சொல்ல ஆரம்பித்துவிட்டார்.

லட்சுமி அவரை அழைத்து வந்த வேலைக்காரனை குழப்பத்தோடு பார்த்தாள் மகுடியை எடுத்துக்கொண்டு வாசித்தபடியே பங்களா முழுக்க சுற்றிவந்து, பாம்பு வெளிப்படும் இடத்தில் அதைப் பிடித்து சாக்குப் பைக்குள் போட்டுக் கொள்வார்

என்றுதான் அவள் நினைத்திருந்தாள். ஆனால், இங்கே பானை முன் அவர் உட்கார்ந்துவிடவும், குழப்பியது.

நேரமும் சொட்டுச் சொட்டாய் கரைய ஆரம்பித்தது. மொட்டைமாடிப் பக்கம் போய்விட்ட பிரியாவும், சங்கரானந்த சாமியார் வந்திருப்பது தெரிந்து ஆர்வமாக ஓடிவந்தாள்.

அவளுக்கும் அவருடைய முணுமுணுக்கும் கோலம் ஆச்சரியமளித்தது. அந்த ஆச்சரியம் அதிகமாகும் விதத்தில், ஹாலின் சோபா ஒன்றின் பின்னால் பாம்பு ஒன்று நெளிவது தெரிந்தது.

அவ்வளவு பேரும் வாயைப் பிளந்துவிட்டனர். அதுவோ இரண்டடி நீள குட்டிப்பாம்பு. ஆனால், முன்பு அவர்கள் பார்த்ததோ பன்னிரண்டு அடி நீள பாம்பு!

அந்த குட்டிப் பாம்பு நெளிந்து நெளிந்து பானையை நோக்கி முன்னேறி, பானை முன் நின்று ஒரு சாண் உயரத்திற்கு படம் விரித்தது. பின்னர், விறுவிறுவென்று பானையில் ஏறி, உள் அடங்கியது. பார்த்துக் கொண்டிருந்த அவ்வளவு பேரிடமும் ஆச்சரியம்.

அடுத்து இன்னொரு பாம்பு!

அது கிட்டதட்ட ஆறடி நீளமிருந்தது.

அதுவும் ஊர்ந்து வந்து பானைக்குள் புகுந்து, சுருண்டு கொண்டது!

லட்சுமிக்கு உடம்பில் நடுக்கம் பரவ ஆரம்பித்துவிட்டது. 'ஒரே ஒரு பாம்பு என்று நினைத்தது எவ்வளவு பெரிய தப்பு? நாகமாணிக்கம் உள்ள இடத்தில் இப்படியா பாம்புகள் அடையும்?'

அவள் முகம் முத்தாக வியர்க்க, இறுதியாக அந்த பன்னிரண்டு அடி நீள பாம்பு தரையில் பிரண்டு பிரண்டு வருவது போல் வந்து, பானைக்குள் புகுந்து கொண்டது.

பார்த்துக்கொண்டே இருந்த சங்கரானந்தம் தன் தோளில் கிடந்த காவித்துண்டால் உடனேயே பானையின் வாயை மூடிக் கட்டினார். பானையையும் கையில் எடுத்துக் கொண்டார்.

லட்சுமி இப்பொழுது அவரை பிரமிப்புடன் பார்த்தாள். அவர் பானையும், கையுமாக பேசினார்.

"அம்மா... நான் இப்ப இங்க சொன்னது நாகபந்தன மந்திரம். ரொம்ப அபூர்வமானது. இன்னிக்கு இந்த மந்திரம் தெரிஞ்சவங்க ரொம்ப குறைவு. இந்த மந்திரத்தை எழுதிவைக்கக்கூடாது. குரு உபதேசமா காதுல போட்டு, மனசுல தக்கவெச்சு ஜெபிக்கணும். இதுல உச்சரிப்பு ரொம்ப முக்கியம்."

"இந்த மந்திர சப்தம் காற்று வெளியில் சில அதிர்வுகளை உருவாக்கும். ரொம்ப ரொம்ப மென்மையான அதிர்வுகள், அவை! அந்த அதிர்வுகளை பாம்புகளால் தாங்க முடியாது. அதனால், அவற்றின் உடம்புல கூச்சம் ஏற்பட்டு, அவை கூச்சத்தை நீக்கிக்க நாலாபுறமும் பார்த்தபடி வெளிய வரும். அப்ப கண்ணுல பானை பட்டா... அதுக்குள்ள புகுந்துகிட்டு அதிர்வுல இருந்து தப்பிக்க பார்க்கும். எப்படி யாரும் சொல்லித் தராமலே மனித உடம்புல இரத்தம் இருக்கிறது தெரிஞ்சு கொசு அதை உறிஞ்சிக் குடிக்க தேடி வருதோ... அப்படி அனிச்சையா நடக்கிற ஒரு நுட்பமான விஷயம்தான், இது. இதுல எந்த மாயமும் இல்லை..."

சங்கரானந்தம் அளித்த விளக்கத்தில் ஆச்சரியமான உண்மைகள்.

அவர் அந்த பானையுடன் புறப்பட்டார். லட்சுமி உடனே தடுத்து நிறுத்தினாள்.

"சாமி... நில்லுங்கள்..."

அவரும் திரும்பினார்.

"ஒரு பாம்புக்கு மூணு பாம்பை பிடிச்சிட்டு எதுவும் வாங்கிக்காம போறீங்களே...?"

"மன்னிக்கணும்மா... நான் சந்நியாசி. கூலிக்கு மாரடிக்கற ஜென்மமில்லை."

"ஐயோ நான் அப்படி சொல்லலை... காணிக்கையா எதாவது...?"

"எதுவும் வேண்டாம். எனக்குன்னு பெரிய தேவைகள் எதுவும் கிடையாது. அப்படி தேவைப்படும் போது வந்து கேக்கிறேன்... அப்ப கொடுங்க..."

சங்கரானந்தம் அந்த பதிலோடு வாசலை தாண்டும்போது, திரும்பவும் தடுத்தாள், லட்சுமி...

"சாமி உங்களைப் பார்க்கணும்னா எங்கே வந்தா பார்க்கலாம்?"

அந்த கேள்விக்கு மட்டும் ஒரு சிரிப்பு சிரித்தவர், "அழகர் கோயிலுக்குமேல கோம்பை மலைன்னு ஒரு மலைப்பகுதி இருக்கு. சித்தர்கள் நடமாடுற மலை, அது. அங்கே வந்தாலே போதும். நானே முன்ன வந்து நிற்பேன்."

லட்சுமியும் அதை மனதில் நன்கு குறித்துக் கொண்டாள். அவர் போய்விட, பிரியா அருகில் வந்து "அம்மா..." என்றாள்.

"ம்!"

"இங்கே என்ன நடக்குதும்மா... நம்மை சுற்றி...?"

"எல்லாம் நல்லபடியாதான் பிரியா நடக்குது..."

"ஒரு பாம்புக்கு மூணு பாம்பு... நம்ப வீடு ஜமீன் பங்களாவா, இல்லை பாம்புப் புத்தா...?"

"பயப்படாதே... தேன் இருக்கிற இடத்துல ஈக்கள் இருக்கும். சர்க்கரை இருந்தா எறும்பு... இந்த விஷயமும் அப்படித்தான், பிரியா. உண்மையில் என் மனசு இப்ப எவ்வளவு சந்தோஷமா இருக்கு தெரியுமா?"

"எனக்கு தரையில் கால் வைக்கவே பயமா இருக்கும்மா."

"பயப்படாதே... வீட்டைச் சுற்றி மூலிகைகளை வைக்க ஏற்பாடு செய்துட்டேன். இனி ஒரு பாம்புகூட வராது..."

அழுத்தமாக அவள் பிரியாவுக்கு ஒரு பதிலைச் சொன்னபோது, செல்போனில் அழைப்பு. காதைக் கொடுத்தவளுக்கு 'சுருக்'கென்றது.

"என்னம்மா விஷயம்?"

"நல்லமணி ஐயா இறந்துட்டாராம்...!"

"அடக்கடவுளே!"

பிரியாவின் சிவந்த இதழ்களிரண்டும் விரிந்து மூடிக்கொண்டன.

ஆஸ்பத்திரி!

ராஜதுரையிடம் அவசர முன்னேற்றம். சங்கரானந்தம் தந்திருந்த மருந்து பிரமாதமாக வேலை செய்திருந்தது. கட்டிலில் சாய்ந்த நிலையில் படுத்திருந்தவர், சாதாரணமாக ஒரு நாற்காலியில் அமர்ந்திருப்பது போல இருந்தார். டாக்டர்களுக்கே வியப்பு. அப்போதுதான் நல்லமணி ஐயா காலமான அந்தச் செய்தி ராஜதுரையையும் எட்டியது.

"அண்ணே... நரிக்குடி ஜமீன் கிழவன் ஒருவழியா போய்ச் சேர்ந்துட்டான்..."

"நெஜமாவா?"

"இதுல எல்லாமா விளையாடுவோம்?"

"படுபாவிக் கிழவன்... என் கையால் கொல்ல நினைச்சேன், முந்திக்கிட்டானே."

"போகட்டும், விடுங்கண்ணே. ஆனா, சாகறதுக்கு முந்தி வில்லங்கமா ஒரு விசயத்தை சொல்லிட்டுதான் செத்துருக்கான், கிழவன்..."

"என்னய்யா?"

"சாவுத்தீட்டு கழிஞ்ச அடுத்த முகூர்த்தத்துலேயே 'லயன்' லட்சுமி பொண்ணுக்கும், கிழவன் பேரனுக்கும் கல்யாணத்தை நடத்திடணுமாம்..."

"இது அந்த கிழவன் ஆரம்பத்துலையே ஆசைப்பட்ட விசயம்தானே?"

"இருக்கலாம்... பேராண்டி கொஞ்சம் முரண்டு பிடிச்சான்னு கேள்வி... லட்சுமியும், கிழவனின் பேரன் தன் வீட்டோடு மாப்பிள்ளையா இருக்க விரும்புவானான்னு குழம்பி இருக்கா..."

"ஆனா, கிழவன் இப்ப கல்யாணம் நடந்தே தீரணும்னு சத்தியம் வாங்கிட்டு செத்துட்டானாக்கும்?"

"ஆமாண்ணே..."

"நல்லா கேட்குக்குங்க... இந்தக் கல்யாணம் மட்டுமில்ல... எந்த கல்யாணமும் லட்சுமி வரையில் நடக்கவே கூடாது. அவ என் காலில் வந்து விழுறவரை அவளையும், அவ மகளையும் ஒரு ஆட்டு ஆட்டி வெச்சிடணும்..."

"நீங்க கவலையை விடுங்கண்ணே... கல்யாண முகூர்த்ததுக்குள் கிழவனின் பேரனை பரலோகத்துக்கு அனுப்பிட்டு வந்து தகவல் தர்றோம்... அப்புறம் சொல்லுங்க..."

மாஜி எம்.எல்.ஏ. ராஜதுரையின் அடியாட்கள் துப்பாக்கியில் 'லோடு' செய்யப்பட்ட தோட்டாவாக அப்போதே பாயத் தயாராகிவிட்டனர்!

ராஜதுரைக்கும் அவர்கள்மேல் அப்படியொரு நம்பிக்கை. அது, அவன் முகத்தில் கர்வ சிரிப்பாக வெளிப்பட்டது.

ஒரு பெரிய மலர் வளையத்துடன் போன லட்சுமி, நல்லமணி உடம்பை பார்த்து லேசாக கண்கலங்கினாள். அவளை அங்கிருந்து ஒரு தனியறைக்கு நல்லமணி ஐயாவின் உறவினர்கள் அழைத்துச் சென்றனர்.

"அம்மா... எப்படியும் கல்யாணத்தை பார்த்துடணும்னு ஐயா ஆசைப்பட்டார். ஆனா, எமன் முந்திகிட்டான். சாகும்போது அவரோட ஒரே விருப்பம், சாவு காரியம் முடிஞ்ச கையோடு உங்க பொண்ணுக்கும்... எங்க பையனுக்கும் கல்யாணம் நடத்தணும்கிறதுதான்..."

"அதுக்கென்ன... நான் தயாராகவே இருக்கேன். அப்பதான் ஐயாவுக்கு ஆத்மசாந்திங்கிறது எனக்கும் நல்லா தெரியும்..."

"அப்ப இப்பவே போய் நீங்க ஏற்பாடுகளை செய்யுங்க. இங்க மத்த விஷயங்களை நாங்க பார்த்துக்கிறோம். எங்கவரையில்

இது கல்யாணச்சாவு. ஐயா, ராஜா மாதிரி வாழ்ந்தவர். அவரை தங்கத்துல பூட்டி அப்படியேதான் அடக்கம் பண்ணப் போறோம்."

ஒருவர் சொன்னது, நல்லமணி ஐயா வரையில் நடந்தபடி இருந்தது.

அவரது உடலுக்கு புதிய உடை அணிவித்து, தலைக்கு பட்டால் ஆன 'டர்பன்' சூட்டப்பட்டது. கழுத்திலும் பெரிய ரத்தின மாலை. விரல்களுக்கெல்லாம் மோதிரங்கள் பூட்டப்பட்டன.

சில எடுபிடி வேலைக்காரர்கள் அதை ஏக்கத்தோடு பாத்தனர்.

"ஒரு பொணத்துக்கு போட்டு புதைக்கப்போற இம்புட்டு நகைங்களை நமக்கெல்லாம் தானமா கொடுத்தா எவ்வளவு நல்லா இருக்கும்?" - என்று ஓர் ஊழியன் தன் சகாவிடம் பெருமூச்சோடு முனங்கியபடி சொன்னான்.

லட்சுமியும் வந்து ராஜாபோல அலங்கரிக்கப்பட்ட நல்லமணி ஐயாவை இறுதியாக ஒருமுறை பார்த்து, கைகூப்பி வணங்கினாள்.

அந்த சாவு வீட்டிலும் சிலர் "என்ன மேடம்... பத்மஸ்ரீ விருதுக்கு உங்க பேரும் போயிருக்காமே?" - என்று கேட்டு, அவளை சற்று புளகாங்கிதப்படுத்தினர்.

அந்த பரபரப்பான சூழலில் இறுக்கமாக அவளையே பார்த்துக்கொண்டிருந்தான், நல்லமணி ஐயா பேரன் ரமேஷ். அவன் கூடவே இருந்தார் கம்பிக்குடி ஜமீன்தார் கைலாசநாதன்.

"ரமேஷ்... நான் சொன்னது உனக்கு நல்லா ஞாபகத்துல இருக்கட்டும். அந்தம்மா கைக்கு நீ போகக் கூடாது... உன் கைக்குதான் அவ வரணும். கல்யாணம் முடிகிறவரை அமைதியா இரு. அதன்பிறகு, 'நாகமாணிக்கத்தை தந்தா உன் மகளோடு வாழுறேன். இல்லாட்டி அவ வாழாவெட்டிதான்'னு நீ சொல்றதைக் கேட்டு, 'லயன்' லட்சுமி சயனைடு சாப்பிட்ட லட்சுமியாட்டம் மாறிடணும்..."

கைலாசநாதன், ரமேஷை நன்றாகவே ஏற்றிவிட்டுக் கொண்டிருக்க - அவனும் அதை செயல்படுத்த அந்த நொடியே

தயாராகிவிட்டான். லட்சுமியும் அவனிடம் சொல்லிவிட்டு செல்ல, அவனைப் பார்த்தபடியே வந்தாள்.

"தம்பி... மாப்பிள்ளை..." லட்சுமியிடம் அப்போதே உறவு துளிர்த்துவிட்டது.

"சொல்லுங்க அத்தை..." - பதிலுக்கு அவனும் குழைவாக பேசினான்.

"நான் புறப்படுறேன்... எல்லா காரியமும் முடிஞ்சபிறகு ஒருநாள் வீட்டுக்கு வாங்க..."

"நிச்சயமா அத்தை! அப்புறம்... போன தடவை நான் எதாவது தப்பா பேசியிருந்தா மன்னிச்சிக்குங்க..."

அவன் பேச்சால் லட்சுமியின் நெற்றியில் ஆச்சரிய வரிகள்.

"தாத்தா சாகிறதுக்கு முன்ன என்கிட்ட பேசின பேச்சு... குறிப்பா உங்களைப் பத்தி அவர் என்கிட்ட சொன்னது என்னை ரொம்பவே நெகிழ வைச்சிடிச்சு..."

லட்சுமி மவுனமாக அதை ரசித்து, சுவைத்தாள்.

"சரிங்க அத்தை... நீங்க கிளம்புங்க... நான் அப்புறமாக வரேன். பிரியா கூடவும் நான் கொஞ்சம் மனம்விட்டுப் பேசணும்."

அவன் குழைந்து, நெளிந்து அவளுக்குள் இன்ப அதிர்வுகளை ஏராளமாக அளித்தான்.

அவளும் ஒரு சிறு புன்னகையை பதிலுக்கு உதிர்த்துவிட்டு கிளம்பினாள்.

சவ அடக்கத்திற்கு எல்லோரும் தயாராகி - மாளிகை வாசலில் மிகப்பெரிய பூப்பல்லக்கு ஏற்பாடாகி இருந்தது. லட்சுமி அதை கடந்து சென்று தன் காரில் ஏறினாள்.

கம்பிக்குடி கைலாசநாதன் பார்வை மட்டும் தோட்டா துளையிடுவது போல அவள்மேலேயே...

✳ —————— ✳

அத்தியாயம் 

"இந்த வீட்ல இருக்கவே பயமா இருக்குன்னு சொல்லிக்கிட்டு இருந்தாங்க... திரும்பின பக்கமெல்லாம் பாம்பு... அம்மா வேற கல்யாணப் பேச்சை அப்பப்ப எடுக்கிறாங்க... எனக்கு சுத்தமா இங்கே இருக்க பிடிக்கலைன்னு யார்கிட்டையோ சொல்லிகிட்டு இருந்தாங்க..."

லட்சுமியின் கார் கடந்து முடிந்துவிட்டது. கம்பிக்குடி ஜமீன் வம்சத்தைச் சேர்ந்த கைலாசநாதன் ஒருவித பெருமூச்சுடன் திரும்பினார். நல்லமணி ஐயாவை பூப்பல்லக்கில் சுமந்து, உடல் சரிந்து விழுந்துவிடாதபடி கட்டிக் கொண்டிருந்தனர்.

ஜமீன் சம்பிரதாயப்படி ஒன்பது பேர் படிக்காசுகளோடு வரிசையாக நின்றிருந்தனர். உடல் புறப்படவும் காசுகளை வீசி எறிய வேண்டும். கூடைகூடையாக பூக்களோடும் சிலர் நின்றுகொண்டிருந்தனர். பூவும், காசுகளும் மண்ணில் மழைத்துளி விழுவது போல விழ, ஜமீன் தோட்டம் நோக்கி உடல் புறப்பட்டது.

தோட்டத்தில்தான் நல்லடக்கம்! பெருவாரியான கூட்டம் பின்தொடர, நான்கைந்து பண்டாரங்கள் தேவார திருவாசகத்தை பாடியபடி அந்த கூட்டத்தில் நடந்தனர். இடையே சேகண்டி சப்தமும், சங்கின் ஒலியும் கலந்து வந்து காதைக் குடைந்தது.

கைலாசநாதனும் தன் ஜரிகை வேட்டியை தூக்கிப் பிடித்துக்கொண்டு லகுவாக நடந்தார். அவர் வரையில் இனி நரிக்குடி ஜமீன் தன் மொத்த செல்வாக்கையும் முற்றாக இழந்துவிட்டது போலத்தான் உணர்ந்தார்.

இனி அந்த பிராந்தியத்திலேயே பழைய மவுசு குறையாத ஒரே ஆள் தான்தான் என்கிற எண்ணமும் அவருக்குள் ஒரு செருக்காக பரவிக்கொண்டிருந்தது.

நாகமாணிக்கம் மட்டும் வந்துவிட்டால் மொத்த தென்மாவட்டமும் தனக்கு கட்டுப்பட்டு, தமிழ்நாடு அமைச்சரவையில் அசைக்க முடியாதபடி ஒர் அமைச்சராகக்கூட ஆகிவிடலாம் என்றெல்லாம் கற்பனை செய்து கொண்டேதான் நடந்தபடி இருந்தார்.

இடையில் சங்கு சப்தமும், அந்த சேகண்டி சப்தமும் மட்டும்தான்!

அம்பாரி மாளிகைக்குள் நுழைந்தது, 'லயன்' லட்சுமியின் கார்! காரைவிட்டு இறங்கி லட்சுமி, சாவு வீட்டுக்கு போய்விட்டு வந்த திகட்டலோடு தோட்டத்து 'பைப்'பை நோக்கி நடந்து காலை கழுவிக் கொண்டாள். விலைமதிப்புமிக்க மும்பையில் வாங்கிய செருப்பையும் அங்கேயே ஒர் ஓரமாக விட்டுவிட்டு வீட்டுக்குள் நுழைந்தாள்.

மாடி அறையில் பிரியா இருப்பதை டி.வி. ஓடும் சப்தம் காட்டிக் கொடுத்தது.

நேராக குளியலறையை நோக்கித்தான் நடந்தாள். ஹாலில் நிறைய பேர் காத்துக் கொண்டிருந்தனர். அவர்களில் கேமராவும் கையுமாக பத்திரிகையாளர்களும் இருந்தனர்.

லட்சுமிக்கு புரிந்துவிட்டது. 'பத்மஸ்ரீ' விருது விஷயம் தெரிந்துதான் அவ்வளவு பேரும் வந்திருப்பதாக நினைத்துக் கொண்டே தன் உதவியாளன் சிட்டிபாபுவை கூப்பிட்டாள்.

அவன் வந்தான்.

"மேடம்..."

"எல்லாரும் வந்து ரொம்ப நேரமாச்சா?"

"ஆமாம் மேடம்... நாளைக்கு வாங்கன்னு எவ்வளவோ சொல்லியும் கேக்காம உக்காந்துகிட்டு இருக்காங்க..."

"சரி... எல்லாருக்கும் காப்பி கொடுத்து உபசரி. நான் குளிச்சிட்டு வந்துடுறேன்..."

சிட்டிபாபு, லட்சுமியின் அந்த பதிலால் ஆச்சரியப்பட்டு போனான். அவளே அப்படி சொல்கிறாள் என்றால் முக்கியமாக ஏதோ ஒன்று இருப்பதாகவும் கருதிக் கொண்டான்.

அதேபோல் வேகவேகமாக குளித்துவிட்டு, நெற்றியில் கொஞ்சம் விபூதியை ஒர் ஒழுங்கில்லாதபடி பூசிக்கொண்டு பரபரப்போடு வந்து சேர்ந்தாள்.

எல்லோரும் கையெடுத்து கும்பிட்டனர். ஒரு பெண் நிருபர் மட்டும் முதலாக 'வாழ்த்துகள் மேடம்' என்று வாழ்த்தைத் தொடங்கிவைத்தார்.

"ரொம்ப நன்றி..."

"மேடம், நீங்க இந்த விருது கிடைக்கும்னு எதிர்பார்த்தீங்களா?"

"இல்ல... எப்பவும் நான் பட்டம், பதவின்னு எதையும் எதிர்பார்த்து செயல்படுறவ இல்லையே..."

"உங்களை ஒரு 'டைனமிக்' பெண்ணாக உணர்ந்துதான் இந்த விருதை மத்திய அரசு தந்திருக்கு. இதைப்பத்தி என்ன சொல்ல விரும்புறீங்க?"

"இது என்ன ரொம்பவே ஊக்கப்படுத்தி இருக்கு. இப்போதைக்கு ஒரு உயர்நிலைப்பள்ளி, ஒரு மெட்ரிகுலேஷன் பள்ளி, ஒரு பாலிடெக்னிக், ஒரு கலைக்கல்லூரி இருக்கிற என் கல்வி நிறுவனங்களை நான் வேகமாக இரட்டிப்பாக்கி அதுல எல்லாருக்கும் இலவசக் கல்வி கொடுத்து பெரிய அளவுல கல்விச் சேவை செய்ய திட்டம் போட்டிருக்கேன்."

"ஒரு மாதர் சங்க கூட்டத்துல அபலைப் பெண்களுக்கு பாதுகாப்பான மறுவாழ்வு இல்லம் அமைக்கப் போறதா சொல்லி இருந்தீங்க..."

ஒரு நிருபர், அவளே மறந்துவிட்ட விஷயத்தை ஞாபகப்படுத்தி கேள்வி கேட்கவும், அவளுக்கே என்னவோ போலாகிவிட்டது.

"நிச்சயம் அது கூடிய சீக்கிரத்துல நிறைவேறும்..." என்றாள். அடுத்த நபர் கேட்டதுதான் ஆச்சரியமான கேள்வி.

"மேடம்... உங்க மகளுக்கும், நல்லமணி பேரனுக்கும் விரைவில் திருமணம்னு கேள்விபட்டோம். உண்மையா?"

அந்த நிருபரை கொஞ்சம் துளையிடுவது போல பார்த்த லட்சுமி, "ஆமாம்..." என்றாள், மெலிதாக.

"சாகும்போதுகூட அதுபற்றிதான் உங்ககிட்ட அவர் பேசினாராமே...?"

"ஆமாம்..."

"இந்த கல்யாணத்துல உங்க மகளுக்கு சம்மதமா?" அந்த நிருபர் விடாமல் கல்யாண கேள்வியாக கேட்டுக்கொண்டிருந்தார்.

"சம்மதமில்லாமலா நான் சம்மதிச்சேன்...?"

"நீங்க சம்மதிக்கலாம். ஆனா, அவங்களுக்கு விருப்பம் இல்லைன்னு கேள்விப்பட்டோம்...?"

"போதும்... இப்படி ஆதாரமில்லாத கேள்வியை என்கிட்ட கேட்கவேண்டாம். கல்யாணம் நடக்கும்போது அழைப்பு வரும். அப்ப பார்த்து தெரிஞ்சிக்கலாம்."

"ஆதாரமில்லாம ஒண்ணும் நான் இந்தக் கேள்வியைக் கேட்கலை. எங்க பத்திரிகை ஆபீசுக்கு வந்த ஒரு போன், உங்க மகளுக்கு விருப்பம் இல்லைங்கிறதை சொல்லுச்சு, அதான்..."

அந்த நிருபரின் விடாக்கண்டத்தனமான பதில், லட்சுமியின் முகத்தை சிவக்க வைத்தது.

"போதும்... இனி இந்த விஷயம் பத்தி நான் ஒரு வார்த்தை பேசுறதா இல்லை. ஒண்ணு மட்டும் நிச்சயம், நல்லமணி ஐயா எனக்கு கடவுள் மாதிரி. அவருக்கு நான் கொடுத்த வாக்குறுதியில் இருந்து ஒருநாளும் பின்வாங்க மாட்டேன். இது சத்தியம்!"

லட்சுமி ஆவேசமான பதிலோடு எழுந்து நின்றாள். பத்திரிகையாளர்களும் ஒருவர் முகத்தை ஒருவர் பார்த்துக் கொள்ள, லட்சுமி வேகமாக அங்கிருந்து நழுவினாள்.

சிட்டிபாபுவுக்கு மட்டும் அடிவயிறுக்குள் ஒரு சிறு பூகம்பப் பிளரல்!

லட்சுமி அடுத்து ஆவேசமாக நுழைந்தது, பிரியாவின் அறைக்குள்தான்... அவள் அறையில் டி.வி. மட்டும் ஓடிக் கொண்டிருந்தது. பிரியாவைக் காணவில்லை!

"பிரியா... பிரியா..." லட்சுமியின் குரல் அந்த அறை முழுக்க எதிரொலித்தும், மறு பதில் இல்லை. குளியலறை திறந்திருந்தது. எட்டிப் பார்த்தாள். உள்ளேயும் பிரியா இல்லை. 'எங்கே போயிருப்பாள்?'

பின்னாலேயே நடுங்கியபடி வந்து நின்றான், சிட்டிபாபு.

"ஏய் சிட்டி... எங்கேய்யா பிரியா?"

"மேடம் சின்ன மேடம் கொஞ்சம் முந்திதான் வெளியில் போனாங்க."

"வெளியவா, எங்கே?"

"சொல்லலை மேடம்."

சிட்டிபாபுவின் கெஞ்சலான குரலைத் தொடர்ந்து, சட்டென்று தன் செல்போனை தேடி எடுத்த லட்சுமி, அதில் பிரியாவுடன் தொடர்புகொள்ளப் பார்த்தாள்.

ஆனால், அவளது செல்போன் இயக்கத்தில் இல்லை என்கிற பதிலே அவளுக்குக் கிடைத்தது, எரிச்சலாக வந்தது.

"சேச்சே... செல்போனை 'ஆஃப்' பண்ணி வைச்சிருக்கா. ஆமா... அது யாருய்யா அந்த பத்திரிகைக்காரன்? விடாம பிரியா கல்யாணம் பத்தியே கேக்கிறான்?"

"எனக்கே அது ஆச்சரியம்தான் மேடம்."

"யாரோ போன் பண்ணி, பிரியாவுக்கு விருப்பம் இல்லைன்னு சொன்னாங்களாமே... அவன் என்ன, என்கிட்ட போட்டு வாங்கறானா?"

"தெரியலை மேடம்"

"அப்புறமா அவனோட பத்திரிகை ஆசிரியரை என்கூட பேசச்சொல்."

"சொல்றேன் மேடம்... அதே நேரம் ஒரு முக்கியமான விஷயம்..."

"என்னய்யா?"

"சின்ன மேடம் அறையில் செல்போன்ல பேசிக்கிட்டிருந்த சில விஷயங்கள் என் காதுலேயும் விழுந்துச்சு..."

"ஒட்டுக் கேட்டேன்னு சொல்லாம சொல்றியா...?"

"சத்தியமா இல்ல மேடம். என்னை தேடினதா தெரிஞ்சு என்னன்னு கேட்க இந்த அறைக்கு வந்தேன். அப்பதான்..."

"சரி... என்ன பேசிகிட்டிருந்தா அப்படி?"

"இந்த வீட்ல இருக்கவே பயமா இருக்குன்னு சொல்லிகிட்டு இருந்தாங்க... திரும்பின் பக்கமெல்லாம் பாம்பு... அம்மா வேற கல்யாணப் பேச்சை அப்பப்ப எடுக்கிறாங்க. எனக்கு சுத்தமா இங்க இருக்க பிடிக்கலைன்னு யார்கிட்டையோ சொல்லிகிட்டிருந்தாங்க" - சிட்டிபாபு மென்று துப்பினான்.

லட்சுமிக்குள் முதல்முறையாக ஒரு நடுக்கம் பரவ ஆரம்பித்தது. மவுனமாக பக்கத்து கம்ப்யூட்டர் இருக்கையில் அமர்ந்தாள். அது சுழலும் ரகம்! அவள் அமர்ந்த வேகத்தில் சுழன்றது. அப்படி சுழன்றபோதுதான், கம்ப்யூட்டர் மேசைமேல் ஒரு சிறு துண்டுக் கடிதமும் கண்ணில்பட்டது.

நடுங்கும் கை கொண்டு அதை எடுத்து விரித்தாள். அது பிரியாவுக்கு வந்திருந்த கடிதம். அவள் கல்லூரித் தோழி எழுதியது. அதைப் படித்து முடிக்கவும் ஒரு பெருமூச்சு விட்டாள்.

பிரியாதான் கடிதம் எழுதி வைத்துவிட்டு எங்காவது போய்விட்டாளோ என்று ஒரு குட்டிக் கற்பனை அவளுக்குள்.

பின்னர் திரும்பவும் ஒருமுறை பிரியாவின் செல்பேசிக்கு தொடர்பு கொண்டாள். இந்தமுறை அது வேலை செய்தது. மணி ஒலி கேட்டது. ஆனால், அது முறிந்து, குரல் மட்டும் கேட்கவில்லை. நெடுநேரத்திற்கு பிறகு திரையில் 'பதிலில்லை' என்று வந்தது.

சிட்டிபாபு கவனித்துக் கொண்டே இருந்தான்.

"மேடம்... ஏதாவது 'சீரியஸ்' பிரச்சினையா?"

"என்னன்னு சொல்வேன்? 'ரிங்'போகுது. செல்போனை எடுக்கமாட்டேங்கறாளே?"

"ஒருவேளை செல்போனை காரில் போட்டுட்டு வெளியில் இருக்காங்களோ என்னவோ?"

சிட்டிபாபுவின் அந்த பதில் அவளுக்கும் சற்று ஆறுதலாக இருந்தது.

"அப்படித்தான் இருக்கணும். நீயும் விடாம முயற்சி பண்ணு. பிரியா எங்கே இருந்தாலும் சரி, அவள்கூட நான் பேசணும். எனக்கு இப்ப மனசே சரியில்லை" என்று கழுத்து வியர்வையை சேலை முந்தியால் ஒத்தி துடைத்துக் கொண்டாள்.

சிட்டிபாபுவும் பணிவாக ஒதுங்கிக்கொண்டு, பிரியாவை பிடிக்க, போன் செய்ய ஆரம்பித்தான். ஊகூம்... 'ரிங்' போய்க்கொண்டே இருந்தது.

லட்சுமி சலனத்தோடு அமர்ந்திருந்தவள், ஒரு முடிவுக்கு வந்தது போல எழுந்தாள். அந்த நாகமாணிக்கத்தை வெளியே எடுத்து அதற்கொரு கற்பூர ஆரத்தி காட்டி, கண்ணில் ஒற்றிக்கொண்டால் அப்போதைய கசகசப்புக்கு ஒரு தீர்வு ஏற்படும் போல் தோன்றியது. அதற்காக தயாரானாள்!

"சிட்டி... கொஞ்சநேரம் வீட்டுக்குள் யாரையும் விடாதே... நீயும் வெளியில் போய் நில்லு" என்றவள், நாகமாணிக்கத்தை

பத்திரப்படுத்தி வைத்திருக்கும் ரகசிய 'லாக்கர்' உள்ள அறை நோக்கி நடந்தாள்.

இடையிடையே திரும்பித் திரும்பி பார்த்துக் கொண்டவள், அறைக்குள் நுழைந்ததும் கதவை தாழிட்டுக் கொண்டாள். பின்னர், ரகசிய லாக்கரை அதற்குரிய எண்களை உபயோகித்து திறந்தவள், நாகமாணிக்கம் உள்ள மரப்பெட்டி எங்கே என்று பார்த்தாள்.

அதைக் காணவில்லை!

பகீரென்றது...

அத்தியாயம் 

"என்னடா முழிக்கிற, நான் அந்த ஜமீன்தார் பேரனை கல்யாணம் பண்ணிக்கட்டுமா? தமிழ் சினிமாவில் வர்ற மாதிரியே ஜரிகை 'பார்டர்' போட்ட பைஜாமா – ஜிப்பா போட்டுகிட்டு, கட்டையா மீசை வைச்சுகிட்டு, ஒரு 'கட்ஷூ' போட்டுக்கிட்டு, சாரட்ல இருந்து இறங்கி திமிரா நடந்து வர்ற ஜமீன் வாரிசைப், பார்த்து நானும் மயங்கட்டுமா?"

லட்சுமிக்கு இதய பாகத்தில் ஒரு பிரளயமே நிகழ்வது போல் இருந்தது. உள்ளே இருந்த நாகமாணிக்கக் கல்லைக் காணவில்லை என்கிற அந்த உண்மை அவளை சுருட்டித் தள்ளியது. பலமாக கத்தி புலம்பக்கூட முடியவில்லை. அது ஒரு ரகசியமான விஷயம் என்கிற காரணம் தடுத்தது.

அடுத்து என்ன செய்வது... எதைச் செய்வது என்பதிலும் ஒரு குழப்பம். மூச்சை அடைத்தது. தான் கன்னாபின்னாவென்று கிழித்துப் போட்ட காகிதத் துண்டுகள் போல் ஆகிவிட்ட மாதிரி எல்லாம் உணர்ந்தாள்.

அதை ஆமோதிக்கிற மாதிரி அந்த 'லாக்கர்' அறையின் ஆளுயர சீன நாட்டு கடிகாரமும் அப்போது மணி நான்கு என்பதற்கு அடையாளமாக நான்குமுறை சப்தமிட்டது. அந்த சப்தம் லட்சுமிக்கு நாராசமாக இருந்தது. சமாளித்து லாக்கரை பூட்டிவிட்டு, வெளியே வந்தாள்.

முதலில் பிரியாவை காணவில்லை.

அடுத்து – நாகமாணிக்கம்!

அந்த நொடி, ஆஸ்பத்திரியில் படுத்தபடுக்கையாக இருக்கும் ராஜதுரைதான் அவள் நினைவில் முரண்டினான். 'அவன்தான் எதாவது விளையாட்டு காட்டுகிறானா?'

மூளைக்குள் மின்மினிப் பூச்சிகள் ஒரு கைகொள்ளும் அளவுக்கு கூட்டமாக எழும்பிப் பறக்க ஆரம்பித்தன. கக்கத்தில் டைரியோடு "மேடம்..." என்றபடி சிட்டிபாபுவும் வந்தான். லட்சுமியை அவன் அப்படியெல்லாம் ஒரு பதற்றத்தோடு பார்த்ததேயில்லை.

"என்ன மேடம்... உடம்புக்கு எதாவது முடியலையா?"

"உடம்புக்கு மட்டுமில்லையா... மனசுக்கும்தான்...!"

"பிரியா மேடத்துக்கு 'டிரை' பண்ணிகிட்டே இருக்கேன். 'ரிங்'போகுது. ஆனா, எடுக்க மாட்டேங்கிறாங்க."

"சிட்டிபாபு... சம்திங் ராங்..."

"என்ன மேடம் சொல்றீங்க?"

"அந்த மாஜி எம்.எல்.ஏ. ஏதோ கண்ணாமூச்சி காட்டுறான்னு நினைக்கிறேன்."

"மேடம்... நம்ம சின்ன மேடத்தை அவர், பிடிச்சு வைச்சிருப்பாருன்னு சொல்றீங்களா?"

"மெள்ளப் பேசு. ஆமா, அந்த ராஜதுரை இப்ப ஆஸ்பத்திரியில்தானே இருக்கான்?"

"அப்படித்தான் நினைக்கிறேன்."

"அவன் இருக்கிற இடம் எனக்கு இப்ப தெரியணும். அவன்கூடவும் நான் பேசணும். சீக்கிரம்..."

லட்சுமி கொந்தளித்தாள்! சிட்டிபாபுவும் ஆஸ்பத்திரி எண்ணைப் பிடிக்க தயாரானான்.

வாயைப் பிளந்துவிட்டிருந்தான், அர்ஜுன். அவன் உள்ளங்கையில் அந்த நாகமாணிக்கம். அருகில் பிரியா!

"என்ன அர்ஜுன்... நம்பமுடியலையா? இதுதான்! அந்த நாகமாணிக்கம். இதோட மதிப்பு அதிகம். அதாவது, இப்ப உன் உள்ளங்கையில் நூறு கோடிக்கு மேலான ரூபாய் இருக்கு."

பிரியா சொல்லச் சொல்ல அர்ஜுனுக்கு கூடவே சிரிப்பும் வந்தது.

இருவரும் தெப்பக்குளத்துக்கு நடுவில் உள்ள கல்மண்டபத்தினுள், காற்று அலைகள் தேகங்களை வருடிவிட்டு செல்லும் இடத்தில் நின்று கொண்டு இருந்தனர்.

"நீ சிரிப்பேன்னு நல்லா தெரியும். ஆனா, நான் சொல்றது சத்தியம். இது வந்தபிறகு என் பங்களாவே மாறிடிச்சு. அவ்வளவு ஏன், எங்க பங்களாவுக்கு உள்ளேயே எவ்வளவு பாம்புங்க வந்துச்சு தெரியுமா?"

"பிரியா... நான் எந்த அளவு மூடநம்பிக்கை உள்ளவன்னு ஆழம் பார்க்கிறியா?"

"முட்டாள் மாதிரி பேசாதே... என்ன நடந்ததோ நான் அதைச் சொல்லிக்கிட்டு இருக்கேன். இந்த நாகமாணிக்கம்தான் என்னை அந்த ஜமீன்தாரின் பேரனோடு சேர்த்து வைக்கப் போகுது."

"பிரியா..."

"என்ன அர்ஜுன்? இது ஒண்ணும் உன்னை நான் சங்கடப்படுத்த சொல்ற விஷயம் இல்லை. எல்லாமே நூறு சத 'அக்மார்க்' உண்மைகள்!"

"சரி... இவ்வளவு மதிப்பான ஒரு விஷயத்தை எதுக்கு இப்படி, வெளியே எடுத்துகிட்டு வந்தே? என்னை வரச்சொல்லி எதுக்கு காட்டிகிட்டு இருக்கே?"

தெப்பக்குளக் காற்று தலையை கோதிச்செல்ல, நாகமாணிக்கத்தை உள்ளங்கையில் மூடியபடியே திரும்பி நடந்தவனாக கேட்டான்.

இரண்டு எருதுகள் ஒன்றோடொன்று மோதிக் கொண்டு நிற்கிற மாதிரி வெகுதூரத்தில் இருவரின் கார்களும் முட்டிக்கொண்டு நின்றிருந்தன!

"இப்பதான் அர்ஜுன் நீ சரியான கேள்வியே கேட்டிருக்கே."

"என் கேள்விக்கு சரியான பதிலை முதல்ல சொல்லு, பிரியா..."

"அர்ஜுன்... இந்த நாகமாணிக்கக் கல்லை நான் நவரத்தினங்கள்ல ஒண்ணாதான் நினைக்கிறேன். ஏதோ ஒருவிதத்துல இது ஒரு விலை உயர்ந்த கல்லாக இருக்கலாம், அவ்வளவுதான். அதுக்குமேல இதுல எதுவுமில்லை."

"நீ சொல்றதைப் பார்த்தா விலைமதிப்பை தாண்டி இதுக்குப் பின்னால் பல விஷயங்கள் இருக்கிற மாதிரியும் தெரியுதே?"

"ஆமாம் அர்ஜுன்! இது ஒரு தூண்டில்... இதைக் கொண்டு என்னைப் பிடிக்க நரிக்குடி ஜமீன் திட்டமிடுறதா நான் நினைக்கிறேன்."

"இது 2007 பிரியா. இந்த காலத்துல போய் ஜமீன்தாரா?"

"இப்ப ஜமீன்தார் பட்டம் நடைமுறையில் இல்லாம இருக்கலாம். ஆனா, அவங்க செல்வாக்கு, அவங்களோட அதிகார பலம் இதெல்லாம் வேறு வடிவத்துல தொடர்ந்துகிட்டுதான் இருக்கு."

"சரி... இப்ப நீ என்னதான் சொல்ல வர்றே?"

"இந்த நாகமாணிக்கத்துக்கு விசேஷ சக்தி இருக்கிறது உண்மையா... பொய்யாங்கிற ஒரு பரிசோதனை முயற்சியில் இப்ப இறங்கி இருக்கேன். இதை நான் எடுத்துட்டு வந்தது, என் அம்மாவுக்கு இந்நேரம் தெரிஞ்சிருக்கும். அவங்க கிட்டத்தட்ட அணுகுண்டு வெடிச்ச இடமான பொக்ரான் மாதிரி இப்ப நொறுங்கிப் போயிருப்பாங்க."

"ஓ... அப்படி ஒரு கோணம் இருக்கிறதை நான் மறந்தே போனேன் பாரு. வா... முதல்ல இதை எடுத்துகிட்டு கிளம்பு. நானும் வரேன். பாவம், உங்கம்மா அவங்களை டென்ஷன்ல தவிக்கவிடாதே."

"அவங்கதான் கல்யாண பேச்சை எடுத்து என்னை 'டென்ஷன்' படுத்திக்கிட்டு இருக்காங்க. இந்த நாகமாணிக்கத்தை அம்மாவும் நம்ப ஆரம்பிச்சிட்டாங்க. இது வந்த நேரம்தான் 'பத்மஸ்ரீ' விருது கிடைச்சதா ரொம்ப ஆழமா நம்புறாங்க. அமெரிக்காவுல நாங்க வாங்கி இருக்கிற ஒரு வீட்ல பெட்ரோல் ஊற்று இருக்கிறது தெரியவந்திருக்கு. எல்லாம் இதனாலையாம்!"

"எல்லாமே ரொம்ப தற்செயல் சம்பவங்களாதான் எனக்குப்படுது. அதேநேரம், வீட்டுக்குள்ள பாம்புங்க வந்தது எப்படிங்கிறதுல எனக்கும் கொஞ்சம் குழப்பம்."

"சரி... என்னதான் பண்ணப் போறே?"

"அர்ஜுன்... இந்த நேரத்துல நீ எனக்கு ஒரு உதவி செய்யணும்..."

"என்ன செய்யணும் சொல்லு?"

"இது கொஞ்சநாள் உன்கிட்ட இருக்கட்டும். உனக்கு என்னவெல்லாம் நல்லது நடக்குதுன்னு நான் பார்க்கிறேன்."

"என்ன பிரியா... உங்கம்மா கேட்டா என்ன சொல்லுவே?"

"அம்மாவை நான் இப்ப பார்த்தாத்தானே?"

"அப்படின்னா?"

"இந்தப் பக்கமா ஒரு ஓட்டல்ல அறை எடுத்து நான் தங்கப் போறேன்."

"அதுக்கு நீ என் வீட்ல என்கூட தங்கலாமே? எங்கள் வீட்ல எதுவும் சொல்லமாட்டாங்க பிரியா."

"உங்க வீட்ல எதுவும் சொல்லமாட்டாங்க. ஆனா, என் அம்மாவைப் பத்தி உனக்கு தெரியாது. அவங்க இந்த நிமிடம் என்னைத் தேட எத்தனை வழிகள் உண்டோ அவ்வளவையும் யோசிச்சு வைச்சிருப்பாங்க. அதுல உன் வீடுதான் முதல்ல இருக்கும்."

"பிரியா... அப்ப நீ வீட்டைவிட்டு வந்தது உன் அம்மாவுக்கு தெரியுமா?"

அவன் கேட்கவும், இருவரும் கார் அருகே நெருங்கவும் சரியாக இருந்தது.

கார் முகப்பில் செல்போன். அதை வெளியே எடுத்து திரையைப் பார்த்தாள். அதில் சிட்டிபாபுவும், லட்சுமியும் மாறி மாறி அழைத்ததற்கான பதிவுகள்.

"பார்த்தியா... இருபத்தியொரு 'மிஸ்டுகால்'கள்! எங்கம்மா இப்ப குதிச்சுகிட்டு இருப்பாங்க."

"பாவம் பிரியா, உங்க அம்மா, அவங்களுக்கு உடனே போன் பண்ணிப் பேசு."

"இல்ல... இப்ப நான் எதுவும் பேசுறதா இல்லை. இந்த நாகமாணிக்கம் எந்த அளவுக்கு உண்மை... பொய்யின்னு பார்க்கிறதுதான் என்னோட திட்டம்."

"எதுக்கு இந்த ஆராய்ச்சியெல்லாம்? இதனால் யாருக்கு என்ன லாபம்?"

"என்ன அர்ஜுன்? இதுதான் என் கல்யாணத்துக்கே காரணம். பிளஸ் 2கூட படிக்காத ஒருத்தனை என் தலையில் கட்டப் போறாங்க. அம்மாவும் இதுக்காகவே அவனை ஏத்துக்கப் போறாங்க. உனக்கு 'ஓ.கே.'வா?"

பிரியா, அர்ஜுனை இடுக்கியில் கவ்விப் பிடித்தது போல பிடித்தாள். அவனும் பதில் கூற முடியாமல் திணறினான்.

"என்னடா முழிக்கிறே? நான் அந்த ஜமீன்தார் பேரனை கல்யாணம் பண்ணிக்கட்டுமா? தமிழ் சினிமாவில் வர்ற மாதிரியே ஜரிகை, 'பார்டர்' போட்ட பைஜாமா - ஜிப்பா போட்டுகிட்டு, கட்டையா மீசை வைச்சுகிட்டு, ஒரு 'கட் ஷ' போட்டுகிட்டு, சாரட்ல இருந்து இறங்கி திமிரா நடந்து வர்ற ஜமீன்வாரிசைப் பார்த்து நானும் மயங்கட்டுமா? உனக்கு அதனால் ஒரு பாதிப்பும் இல்லையா?"

"போதும் பிரியா... நான் 'ஐ லவ் யூ'ன்னு ஒரு தடவை சொன்னப்போ, 'சிரிச்சு பேசினாலே 'ஐ லவ் யூ' சொல்லிடுறதா? ஒரு ஆணும், பெண்ணும் நட்பாவே பழகக் கூடாதா? இல்ல... பழக முடியாதா?'ன்னு நீ கேட்டது இப்பவும் என் காதுல கேட்டுகிட்டே இருக்கு."

"போடா முட்டாள். காலேஜில் படிக்க வந்திருக்கிற இடத்துல முதல் வாரத்துலேயே 'ஐ லவ் யூ'ன்னு சொன்னா என்னடா அர்த்தம்? அதுக்காகத்தான் அப்படி சொன்னேன்."

"அப்ப நீ என்னை 'லவ்' பண்ணுறியா பிரியா?"

"கடவுளே... நீ என்ன 'டியூப் லைட்'டாடா? இவ்வளவு தாமதமா புரிஞ்சிக்கிறே?"

"சாரி பிரியா... நல்ல நட்போடு இருந்துடுவோம்கிற எண்ணத்துல என் காதலை அடக்கியே வைச்சுட்டேன்."

"இருந்தாலும் அப்பப்ப நீ விட்ட பெருமூச்சை நான் கவனிச்சேன். இனியாவது ஒரு நல்ல 'ஹீரோ'வா எனக்கு ஒத்துழைப்பு கொடு."

"சரிப்பா... நான் இப்ப என்ன பண்ணணும்?"

"முதல்ல எதாவது பாடாவதி லாட்ஜ் ஒண்ணுல அறை எடு. அப்புறமா, இந்த நாகமாணிக்கத்தை பத்திரமா வைக்க ஒரு யோசனை சொல்லு."

"ஆமா, நல்ல ஸ்டார் ஓட்டல்ல தங்காம எதுக்கு பாடாவதி லாட்ஜில் அறை எடுக்க சொல்றே?"

"என்ன அர்ஜுன் நீ? எந்த ஒரு பெரிய ஓட்டல்ல நான் தங்கினாலும் எங்க அம்மாவுக்கு தகவல் போயிடும்கிறதை நீ தெரிஞ்சுக்கோ. நான் யார்? 'லயன்' லட்சுமியோட மகள்."

"ஓ... நீ அப்படி வர்றியா? சரி, எவ்வளவு நாளைக்கு இந்தக் கண்ணாமூச்சி?"

"அது எனக்கு தெரியாது. ஒண்ணு மட்டும் நிச்சயம். நான் காணாம போனது தெரிஞ்சு அந்த நரிக்குடி ஜமீன் பேரன் என்ன செய்யப்போறான் என்கிறது முக்கியம். எனக்கு அவனை கட்டிக்கிறதுல இஷ்டம் இல்லேங்கிறதை நானே ஒரு பத்திரிகைக்கு போன் பண்ணி சொல்லிட்டேன். அவனுக்கும் இந்த விஷயம் போகும்.

கல்யாணத்துல விருப்பம் இல்லாம நான் வீட்டைவிட்டு ஓடிட்டதா, முக்கியமா உன்கூட ஓடிட்டதா அம்மாவும் நினைக்கலாம், அவனும் நினைக்கலாம். அப்ப அம்மா எப்படி நடந்துக்க போறாங்க, அவன் எப்படி நடந்துக்கப் போறன்கிறதும் எனக்கு ரொம்பவே முக்கியம்."

"எனக்கு என்னவோ நீ சுத்தி வளைச்சு மூக்கை தொடுற மாதிரி தெரியுது."

"இப்ப அப்படிதான் தெரியும். ஆனா, போகப் போக பாரு" பிரியா ஒரு தீர்மானமுடன் பேசினாள். அப்படியே தன் சிவந்த பழரச உதடுகளை நாவாலே நக்கி ஈரப்படுத்திக் கொண்டாள். அதைப் பார்த்த அர்ஜுன் முகத்தில் ஒரு சின்ன ஏக்கம்.

"என்னடா... எதுக்கு என்னைப் பார்த்து ஏங்கறே?"

"ஏங்காம... இரண்டு சந்நியாசிகள் காதலிக்கிற மாதிரி ஒரு சைவக் காதலாவே நம்ம காதல் இருக்கே?"

"சரிடா... இந்த நொடியில் இருந்து நான் அசைவம். நீயும் மாறிடு." - அவள் சொன்னது அவனுக்கும் புரிந்து, அடுத்த நொடியே கார் கதவைத் திறந்து கொண்டு அவளை உள்ளே தள்ளினான். அவனும் பாய்ந்து, கதவை அடைத்துக் கொண்டான்.

கார் குலுங்கத் தொடங்கிவிட்டது!

ஆஸ்பத்திரியில் அமர்ந்து எழுந்து, அமர்ந்து எழுந்து ஒருவித பயிற்சியைச் செய்து கொண்டிருந்தார், ராஜதுரை! அப்படிச் செய்யும் போது வலிக்கிறதா என்பது முக்கியம். நல்லவேளையாக வலியெல்லாம் இல்லை!

அருகிலேயே இருந்து பார்த்துக் கொண்டிருந்தார், அந்த சாமியார்.

"என்ன... வலி இருக்கா?"

"இல்ல சாமி... சுத்தமா வலி இல்லை."

"அப்ப எலும்புக்கு நடுவுல 'மஜ்ஜை' நல்லா வளர்ந்திருச்சின்னு அர்த்தம். இனி கவலைப்பட எதுவுமில்லை."

"ஆமாம் சாமி... எல்லாம் உங்களால்தான். நான் இவ்வளவு சீக்கிரமா குணமாவேன்னு கனவுலகூட நினைக்கலை."

ராஜதுரை, சாமியாரை புகழ்ந்ததோடு அப்படியே அவர் காலிலும் விழுந்தார்.

"நல்லா இருப்பே நீ" என்று அவரும் ஆசீர்வதிக்க, செல்போனில் அழைப்பொலி.

எடுத்து, காதைக் கொடுக்கவும் – கணீரென்று, ஒலிக்க தொடங்கியது, லட்சுமியின் குரல்.

"என்ன ராஜதுரை... உடம்பு எப்படி இருக்கு?"

கேள்வி, நலம் விசாரிக்கிற மாதிரியே இல்லை. அதில் எச்சரிக்கையும், கடுமையும் ஒளிந்து கொண்டிருந்தன!

அத்தியாயம் 

"என்னதான் சாட்டிலைட், செல்போன், டி.வின்னு விஞ்ஞானம் வளர்ந்தாலும், அடுத்த நிமிடம் யாருக்கு என்ன நடக்கும்கிறது எப்பவும் மர்மமாகத்தானே இருக்கு?"

லட்சுமியின் கேள்வி ராஜதுரையை நிமிர்த்தியது.

"யாருங்க, அது?" தெரியாதது போலவே எதிர் கேள்வி கேட்டார். லட்சுமிக்கு பற்றிக்கொண்டு வந்தது.

"ராஜதுரை விளையாடாதே... நிஜமா உனக்கு என்னை தெரியலியா?"

"ஓ... 'லயன்' லட்சுமியா?"

"என்னய்யா...? பேர் சொல்ற அளவுக்கு தைரியம் வந்துடுச்சாக்கும்?"

"நிச்சயமா... அதுல என்ன சந்தேகம்? நான் விசுவாசமான பழைய இளிச்சவாய் ராஜதுரை இல்லை, லட்சுமி. மறுஜென்மம் எடுத்திருக்கிற புது ராஜதுரை. ஆமா, எதுக்கு என்னை மிரட்டுறே? வாஸ்தவமா நான் உன்னை மிரட்டணும்..."

"இப்ப மட்டும் என்ன, என் மகளை கடத்தி வச்சிக்கிட்டு மிரட்டுகிட்டுத்தானே இருக்கே... எனக்கு தெரியாதுன்னு நினைச்சுக்கிட்டு இருக்கியா?"

"என்ன, உன் மகளை நான் கடத்திட்டேனா...? நல்ல கதையா இருக்கே... நீ பேசுறதை பார்த்தா உன் மக இப்ப உன்கூட இல்லைன்னு சொல்லு..."

"ராஜதுரை, இப்படி நீ சாமர்த்தியமா பேசுறதாலே என் மகளை பிடிச்சவெச்சுக்கிட்டு என்னை பழிவாங்க நினைக்கிறது இல்லேன்னு ஆயிடாது. அவளுக்கும், நல்லமணி ஐயா பேரனுக்கும் கல்யாணம் நடக்கக் கூடாதுங்கிறதுதான் உன் திட்டம். நீகூட போன்ல இந்த கல்யாணம் எப்படி நடக்குது பார்க்கலாம்னு சொல்லி இருந்தே... இப்ப அதுக்கு என்ன செய்யணுமோ செய்துட்டே..." - லட்சுமி ஒரு முடிவோடு பேசியதைக் கேட்ட ராஜதுரை, சட்டென்று செல்போனை கையால் மூடிக்கொண்டு சாமியார் பக்கம் திரும்பினார்.

"சாமி..."

"என்னப்பா?"

"லயன் லட்சுமி மகளை காணோமாம். அவ என்மேல சந்தேகப்படுறா..."

"அப்படியா...?"

"ஆமாம் சாமி... நான்தான் அவளுக்கு எதிரின்னு நினைச்சேன். எனக்குமேல எவனோ ஒருத்தன் இருக்கான்னு இப்ப தெரியுது."

"நான் இல்லைன்னு மட்டும் சொல்லி போனை வெச்சிடு. மற்ற விஷயங்களை அப்புறம் பேசலாம்."

சாமியார் சொன்னபடியே செல்போனில் இருந்து கையை எடுத்த ராஜதுரை, "லட்சுமி... நான் இப்பவும் சொல்றேன். உன் மகளுக்கும், அந்த நல்லமணி பேரனுக்கும் கல்யாணம் நடந்தா அதை தடுக்க என்னவேணா செய்வேன். ஏன்னா நான் உங்களால அநியாயமா பாதிக்கப்பட்டவன். ஆனா, அதுக்காக உன் மகளை கடத்திவெச்சுதான் அதை சாதிக்கணும்கிறது கிடையாது.

உன் மகளை நான் கடத்தலை. எனக்கும்மேல ஒரு எதிரி உனக்கு இருக்கான்னு இப்ப நல்லா தெரிஞ்சுபோச்சு... ஆகையால் அது யார்னு கண்டுபிடிச்சு உன் மகளை வெசப்படுத்துற வழியைப் பாரு. என்கிட்ட அநாவசியமா வார்த்தைகளை விடாதே. வெச்சுடட்டுமா?" - ராஜதுரை குரலில் ஒரு அநாயசம்.

போனை முடக்கிவிட்டு நிமிர்ந்தார். எதிரில் சாமியார் தாடியை நீவிக்கொண்டு சிந்தனையில்...

"என்ன சாமி யோசனை?"

"ஒண்ணுமில்ல அப்பனே... காணாம போயிருக்கிறது மகள் மட்டுமில்லன்னும் மனசுக்குபடுது."

"அப்படின்னா?"

"அந்த நாகமாணிக்க கல்லும்தான்..."

"அப்படியா?"

"ஆமாம் அப்பனே... அது அந்த மாளிகையில் இருந்தா அதோட அதிபதிக்கு பெரிய அளவுல மனவருத்தமே ஏற்படாது. இப்ப லட்சுமிக்கு ஏற்பட்டிருக்கிறதை வெச்சி பார்க்கும் போது நாகமாணிக்கக்கல்லும் அங்கு இல்லைன்னுதான் தோணுது."

"சாமி... இது ரொம்ப பெரிய விஷயம். கல்லும் இல்ல, மகளும் இல்லைன்னா... நல்ல மணி ஐயா பேரன் பின்னி பெடலெடுத்துடுவானே?"

"நிச்சயம். இதோட அடுத்த கட்டம் அந்த லட்சுமி என்னைத் தேடுறதாத்தான் இருக்கும்..."

"உங்களையா?"

"ஆமாம்ப்பா... அவளுக்கு இப்ப என்னை நல்லா தெரியும். அவ வீட்டுக்கு போய் பாம்புகளை பிடிச்சு, அங்கே நாகமணிக்கம் இருக்கிறதை உறுதி செய்தது நான்தானே?"

"சாமி... நீங்க இதை சொல்லவே இல்லையே?"

"இப்ப நான் சொல்லிவிட்டேனப்பா..."

"அங்க எப்படி சாமி நீங்க நுழைஞ்சீங்க...?"

"அதுவா இப்ப முக்கியம்... என் கணிப்பு சரியா... தப்பான்னு முதல்ல தெரியட்டும்..."

"அப்ப அந்த நாக மாணிக்கக் கல்லுக்கு அவ்வளவு சக்திகளா?"

"அது ஒரு குட்டி கிரகம்ப்பா... ஒரு கிரகமே நம்ம வகையில இருந்தா நாமளும் ஒரு கிரகமாயிடுறோம் இல்லையா?"

"சாமி இந்த மாதிரி விஷயங்கள் நம்ப நாட்டுல எவ்வளவோ இருக்குது. இருந்து இதை எல்லாம் பொய்யின்னு சொல்ற ஒரு கூட்டத்தினர் இருக்காங்களே... அது ஏன் சாமி?"

"உண்மைன்னு நம்புறது ஒரு விதின்னா, பொய்னு பேசறதும் ஒரு விதிதான்! நம்புறவங்களுக்கு ஒரு பாதை... நம்பாதவங்களுக்கு வேறு பாதை..."

"கொஞ்சம் புரிகிற மாதிரிதான் சொல்லுங்களேன்..."

"நான் புரிகிற மாதிரிதான் சொன்னேன். ஆனா, உனக்கு எப்ப புரியணுமோ அப்பதான் புரியும். சரி நான் கிளம்புறேன்."

"சாமி..."

"என்னப்பா?"

"அந்த லட்சுமியை ஒரு ஆட்டு ஆட்டினாத்தான் எனக்கும் அடங்கும்."

"இப்போதைக்கு ஆஸ்பத்திரியை விட்டு கிளம்பற வழியைப் பாரு... நாகமாணிககம அவளைவிட்டு விலகிவிட்டாலே போதும். யார் வேணுமானாலும் அவளை எது வேணுமானாலும் பண்ணலாம்."

சாமியார் வேகமாக அங்கிருந்து புறப்பட ஆயத்தமானார்.

"சாமி சீக்கிரமா அந்த கல், அவகிட்ட இல்லைங்கிற நல்ல விசயத்தை சொல்லுங்க. அவளையும், அந்த நல்லமணி பேரனையும் கசக்கி ஜூஸ் பிழிஞ்சிட்டு மறுவேலை பார்க்கிறேன்..."

சாமியார் சிரித்துக்கொண்டே படிகளில் இறங்கினார். ராஜதுரையும் திரும்பி வந்து ஜன்னல் அருகே நின்றுகொண்டு வெளியே பார்த்தபோது, ஜன்னல் வழியாக ஆறு தளங்களுக்கு கீழே பரபரப்பான சந்தடி மிகுந்த சாலை கண்ணில்பட்டது. அந்த

சாலையின் கடைசியில் சாமியாரும் தெரிந்தார். ராஜதுரைக்கு ஒரு கணம் நெஞ்சடையடைத்தது.

அதிகபட்சம் ஐந்தாவது தளத்துக்குத்தான் போயிருக்க வேண்டும். ஆனால், கீழே முற்றாக இறங்க சாலையின் கடைகோடிக்கும் அவர் போய் சேர்ந்தது எப்படி என்கிற கேள்வி ராஜதுரையின் கண்களில் வியப்பாக வழியத் தொடங்கிவிட்டது.

அம்பாரி மாளிகை...

லட்சுமி குட்டி போட்ட பூனைபோல நடந்தபடியே இருந்தாள். பிரியாவுடனான செல்போன் முயற்சிக்கு, 'சுவிட்ச் ஆப்' என்கிற பதிலே வந்தது.

அதுவே லட்சுமியைப் போட்டு புரட்டி எடுக்கத் தொடங்கிவிட்டது. போலீஸ் கமிஷனருக்கு போன் போட்டு பேசலாமா என்கிற கேள்வி ஒருபக்கம்... தன் சகாக்களை விட்டே தேடினால் என்ன, என்ற எண்ணம் மறுபக்கம்... மொத்தத்தில் அவள் அவளாகவே இல்லை.

எப்போதும் போல ராமலிங்க அய்யாவுக்கு போன் போட்டு அவரை வரச் சொன்னதில்... அவரும், அவள் அனுப்பிய காரிலேயே வந்து சேர்ந்தார்.

"என்ன லட்சுமி... ரொம்பவும் பதற்றமா தெரியறியே?"

"ஆமாம் சாமி. என் மகளையும் காணலை, அந்த நாகமாணிக்கமும் இப்ப வீட்ல இல்லை."

"அடடா... எப்படி இப்படி நடந்துச்சு?"

"எனக்கு எதுவுமே புரியலை... இது அந்த ராஜதுரை வேலையா இருக்கும்னு அவனுக்கு போன் பண்ணி கேட்டேன். அவன் எனக்கு எதுவும் தெரியாதுன்னு சாதிக்கிறான்."

"அடடா... அவசரப்பட்டுட்டியே லட்சுமி. பொதுவா இந்த மாதிரி இக்கட்டான தருணங்களில் தியானத்துல உக்காரணும்னு உனக்கு நான் எத்தனை தடவை சொல்லி இருப்பேன்..."

"முடியலை சாமி... மனசு சுடுதண்ணியா கொதிக்கும் போது அதை எப்படி ஒரு நிலைப்படுத்த முடியும்?"

"அப்பதான் படுத்தணும். அப்படி செய்தாதான் நல்ல பலன்கள் ஏற்படும்."

"விடுங்க சாமி... இப்ப நான் என்ன செய்யட்டும்?"

"மகளை காணோம்னு சொல்றியே... அவ உனக்கு தெரியாம அவளோட நண்பர்கள் யாரோடையாவது...?"

"இந்த ஊரில் அப்படி எல்லாம் யாரும் இல்லை... அர்ஜுன்னு ஒருத்தன் இருக்கான், அவன் வீட்டுக்கு போன் போட்டு பேசிட்டேன். பிரியா அங்கே இல்லை."

"எதுக்கும் கொஞ்சம் பொறுமையா இரு. ஆமா, அப்புறமா பாம்புகளை எப்படி பிடிச்சே?"

"அதை ஏன் கேக்கிறீங்க... யாரோ ஒரு சாமியார் அழகர் கோயில் மலைக்குமேல கோம்பை மலைப் பக்கம் இருக்கறவராம். அவரா வந்தாரு... ஒரு பாம்புக்கு நாலு பாம்பு வீட்டுல இருந்துருக்கு... மந்திரம் போட்டே அவற்றை பிடிச்சிகிட்டு போயிட்டாருன்னா பார்த்துக்குங்களேன்..."

"ஓ... நாகபந்தனம் தெரிஞ்சவரோ?"

"ஆமாம் சாமி... அவரும் அப்படித்தான் சொன்னார்."

"நாகபந்தனம் தெரிஞ்சிருக்குன்னா அவங்களுக்கு திருஷ்டாந்தம், அஷ்டாங்கம், வாஸ்துன்னு பல ரகசியங்களும் தெரிஞ்சிருக்கும்."

"ஆமா... அவர்கூட இந்த அம்பாரி மாளிகைய பார்த்துட்டு சில வாஸ்து கோளாறுகளை சொன்னாரு."

"அப்ப அவரைக் கூப்பிடு... பிரியா இப்ப எங்க இருக்கா... எப்படி இருக்காங்கிறதை எல்லாம் திருஷ்டாந்தம் பார்த்தே சொல்லிடுவாரு..."

"திருஷ்டாந்தம்னா...?"

"அது ஒரு கலை, லட்சுமி. நம்ம பெரியவங்க ஏராளமான விஷயங்களை விட்டுட்டு போயிருக்காங்க. உலகத்துல எங்கேயும் அப்படி எல்லாம் பார்க்க முடியாது. என்னதான் சாட்டிலைட், செல்போன், டி.வின்னு விஞ்ஞானம் வளர்ந்தாலும், அடுத்த நிமிடம் யாருக்கு என்ன நடக்கும்கிறது எப்பவும் மர்மமாத்தானே இருக்கு?"

"ஆமாம் சாமி... அதுல என்ன சந்தேகம்?"

"அந்த மர்மங்களை உடைச்சு, உண்மையைக் கண்டுபிடிக்கிறதுல நம்ம முன்னோர்கள் பலே ஆட்கள். அவங்க அதர்வணக் கலைகள்ல ஒண்ணா சொல்லிட்டு போயிருக்கிறதுதான் திருஷ்டாந்தம். அந்தம்னா முடிவு... அஷ்டாந்தம்னா எட்டுவித முடிவு... திருஷ்டாந்தம்னா என்சான் உடம்போட முடிவுன்னு அர்த்தம்.

ஒருத்தர் உடம்பு, அவர் கையால எட்டு சாண்தான் இருக்கும். ஒருத்தர் உயரம் எவ்வளவுன்னு தெரிஞ்சுக்க நிக்கவைச்சு அளக்கணும்கிற அவசியமே இல்லை... அவங்க கையால் ஒரு சாண்ங்கிறது எவ்வளவு நீளம் இருக்குதுன்னு பார்த்து அதை எட்டால் பெருக்கினா என்ன வருதோ அதுதான் அவங்க உயரம். அந்த உயரம்தான் முழு உருவம். அந்த உருவம்தான் பார்க்கும் போது தெரியுது. அப்படி பார்க்கிற நேரத்தை வைச்சே அவங்க மனநிலை, உடல்நிலைன்னு எல்லாத்தையும் சொல்லிடலாம்."

"சாமி... இப்படி எவ்வளவு விஷயங்கள் சாமி இருக்கு?"

"அது கிடக்கும்மா ஒரு கடல் அளவுக்கு... நீ அவரை கூப்பிடுற வழியைப் பாரு. எனக்கும் அவரை பார்க்க ஆசையா இருக்கு..."

"இப்பவே சாமி..." - லட்சுமி அடுத்த நொடியே சிட்டிபாபுவை கூப்பிட்டு பேசினாள்.

"சிட்டி... நேத்து பாம்பு பிடிக்க வந்தாரே ஒரு சாமியார்..."

"ஆமாங்க மேடம்."

"அவர்கூட அழகர் மலைக்குமேல கோம்பை மலைங்கிற இடத்துல இருக்கிறதா சொன்னாருல்ல?"

"ஆமாம் மேடம்... இப்ப அவரை நான் கூட்டிக்கிட்டு வரணுமா?"

"ஆமாம்... ஓடிப்போய் முதல்ல கூட்டிக்கிட்டு வா."

சிட்டிபாபுவை விரட்டிவிட்டு திரும்பியவள், சோர்ந்து போய் சோபாவில் அமர்ந்தாள். முதல்முறையாக அவள் கண்களில் கண்ணீரின் திரட்சி.

"அழாதே லட்சுமி... உன் மாதிரி பெண்கள் அழக்கூடாது."

"முடியலை சாமி... என் பிரியா இப்ப எங்கே இருக்காளோ... எப்படி இருக்காளோ?"

"நிச்சயம் நல்லபடியா இருப்பா. ஒருவேளை அவகிட்டதான் அந்த நாகமாணிக்கம் இருக்குன்னா, நீ கவலைப்படும்படியா அவளுக்கு எதுவும் நடக்காது. தைரியமா இரு."

ராமலிங்க அய்யா சொன்னது லட்சுமிக்கு சற்று ஆறுதலாகவே இருந்தது!

அது ஒரு சுமாரான லாட்ஜ்! வரவேற்பில் மேலும் கீழுமாக பார்த்துவிட்டுதான் அறை தந்தார்கள். ஆனாலும், ஏதோ ஒன்று பிரியாவை கேள்வியே கேட்கவிடாமல் தடுத்தது.

அவர்கள் வரையில் பிரியா ஒரு வருமானவரி அதிகாரி போல உணரப்பட்டாள்.

"மேடம் ஒரு ஆபீசருன்னு நினைக்கிறேன். திடீர் சோதனைக்கு வந்துருக்காங்க போல இருக்கு... பெரிய ஓட்டல்ல தங்குனா பார்ட்டிங்களுக்கு தகவல் போயிடும்ல..."

அவர்கள் அப்படி நினைக்க, உண்மையில் நாகமாணிக்கம்தான் காரணம் என்பது புரியாத புதிர்.

பிரியா தங்கிய அறை அவளை மூக்கை சிணுப்ப வைத்தது. இருந்தும் சகித்துக் கொண்டவள், "அர்ஜுன்... இப்பவே நாம் ஒரு பாம்பு புத்து இருக்கிற இடத்துக்கு போறோம்" என்றாள்.

"எதுக்கு பிரியா?"

"நாகமாணிக்கக் கல்லோடு போவோம். இதோட சக்திக்கு பாம்புங்க இருந்தாதான் தேடி வருமே?"

"ஓ... இப்படி ஒரு 'டெஸ்ட்' சங்கதி இருக்குதா?"

"ஆமாம்... என் வீட்டுக்குள்ள பாம்புங்க எதனால் வந்ததுன்னும் தெரிஞ்சிடும்தானே?"

"அதுசரி... வெளியில போயிட்டு வரும்போது உங்க ஆட்கள் யாராவது பார்த்துட்டா?"

"தலைக்கு தொப்பி, கண்ணுக்கு கண்ணாடி, இது போக கழுத்துவரை துப்பட்டாவால் மூடிக்கப் போறேன். அப்படி எல்லாம் பார்க்க முடியாது. மீறி பார்த்தாலும் பாதகமில்லை. நீ கிளம்பு..."

அவள் அவனை பிடித்து இழுத்துக்கொண்டு புறப்பட்டாள். அவளது ஜீன்ஸ் பேண்டு பாக்கெட்டில் பத்திரமாக இருந்தது, அந்த நாகமாணிக்கம்!

'பைக்'கில்தான் அவளை அழைத்துக் கொண்டு போனான், அர்ஜுன். போகும் வழியில் ஒரு மரத்தடியில் எட்டடி உயரத்துக்கு பாம்புப் புற்று. அதை பார்க்கவும், வண்டியை ஓரம்கட்டிவிட்டு இருவரும் இறங்கினர்.

புற்றுக்கு சற்று அருகில் போய் அமர்ந்து கொண்டனர். நேரமும் உருள ஆரம்பித்தது.

"பிரியா... இங்கே பாம்பு வரலைன்னா, இந்த நாகமாணிக்கம் போலின்னு நினைப்பியா?"

"அப்படி இல்லை... இதுக்கு தனியா எந்த சக்தியும் இல்லேன்னு சொல்வேன்."

"இதுக்கு பாம்பு வந்துட்டா?"

அவன் கேட்ட அதே நொடி – ஒரு துவாரத்தில் பாம்பு ஒன்று தலையை உயர்த்தியது!

அத்தியாயம் 

> "நான் இப்ப நாகமாணிக்கத்தை பரிசோதனை பண்ணிகிட்டு இருக்கேன். இந்தப் பரிசோதனையை எல்லா கோணத்துலேயும் பண்ணிப் பார்த்துட வேண்டியதுதான். நீ வண்டியை எடு. அந்த பாம்பு பின்தொடருதான்னு பார்ப்போம்!"

புற்றுக்கு வெளியே அதன் துவாரங்களில் ஒன்றில் பாம்பின் தலை தெரிந்தது. அங்குலம், அங்குலமாக உயர்ந்த அதன் உடம்பு, கேள்விக்குறி போல வளைவாகவும் நின்றது.

அந்த படம் விரித்த பாம்பின் கண்ணிரண்டும் சிறு கருகமணிகளைப் போல இருந்தன. அவற்றின் வழியாக அது பிரியாவையும் அர்ஜூனையும் பார்த்தது.

பிரியாவுக்கு பாதங்களுக்கு கீழே வண்டல் மணல் அரிபடுவது போல தோன்றியது. அர்ஜுனும் சர்ப்பத்தின் அந்த தோற்றத்தில் சற்று பயப்பள்ளத்தில் விழுந்திருந்தான்.

எப்போதும் பாம்பென்றாலே ஒரு பயம்தான். ஒண்ணரை மீட்டர் நீள ரப்பர் குழாய்க்கும், பாம்புக்கும் அதிக வித்தியாசமில்லை. அந்த குழாய் தானாய் அசையாது. இது அசைகிறது. அவ்வளவுதான் வித்தியாசம்.

பாம்புக்கு கோரமான முகமோ, கைகளோ, காலோ எதுவுமில்லை. பறந்து வந்து தாக்க சிறகுகளும் இல்லை சொல்லப்போனால் உலகிலேயே மிக ஊனமான ஓர் ஜந்து அதுவாகத்தான் இருக்க முடியும்.

ஆனால், அதைப் பார்த்துவிட்டால் இரத்தத்தில் பயம் கரையத் தொடங்கிவிடுகிறது. நிதானமின்றி வேகமாக ஆட்டிவிட்ட ஊஞ்சல் போல இதயத்திலும் ஒரு துடிப்பு.

"அர்ஜுன்... அந்த நாகமாணிக்கம் நிஜம்தான் போல இருக்கு. நம்மகிட்ட அது இருக்கிறது, இந்த பாம்புக்கு எந்தவிதத்துல தெரிஞ்சிருக்கும்? பாரு... எப்படி எழுந்திருச்சி நிக்குது?"

"பிரியா... உண்மையிலே நான் இப்ப பெரிய ஆச்சரியத்தில் இருக்கேன். என்னால இதை நம்பவே முடியலை."

"நம்பித்தான் ஆகணும், அர்ஜுன். அதே நேரம் இந்த மாதிரி விஷயங்களைப் புரிஞ்சுக்கவும் முயற்சி செய்யணும்."

"சரி பிரியா... நாம கிளம்புவோம். இந்த பாம்பு நம்ம கூடவே வருதான்னு பார்ப்போம்."

"வரும்னுதான் என் மனசுக்கு தோணுது. ஐய்யோ... அது பார்க்கிறதைப் பாரு... மிளகு மாதிரி இரண்டு கண்ணுங்க. அந்த இரண்டு கறுப்புப் புள்ளிங்க அதோட மனசை அப்படியே காட்டுது பாரு..."

"நிஜமா சொல்றேன்... கடவுள் ரொம்பவே பெரியவர். அவரைவிட ஒரு பெரியவர் இருக்கவே முடியாது. நாமெல்லாம் தூசு. இரண்டு கறுப்புப் புள்ளிகளை கண்ணாக்கி, அதனால் உலகத்தையே பார்க்க வைக்க அவரால் முடியுதுன்னா அவர் எவ்வளவு பெரியவரா இருக்கணும்?"

"நீ நாகமாணிக்கத்தை விட்டுட்டு கடவுள்கிட்ட போயிட்டியா?"

பிரியா கேட்டுக்கொண்டே அவனது 'பைக்'மேல் ஏறி அமர்ந்தாள்.

"என்ன பிரியா... கிளம்பலாம்னு சொல்றியா?"

"ஆமாம்... நான் இப்ப நாக மாணிக்கத்தை பரிசோதனை பண்ணிகிட்டு இருக்கேன். இந்தப் பரிசோதனையை எல்லா கோணத்துலேயும் பண்ணி பார்த்துட வேண்டியதுதான். நீ

வண்டியை எடு. அந்தப் பாம்பு பின்தொடர்ந்து வருதான்னு பார்ப்போம்."

ஆனால், அவள் அப்படி சொல்லும் போதே அந்த பாம்பு 'டபக்'கென்று புற்றுக்குள் உள்ளடங்கிக் கொண்டது.

அது அவர்கள் இருவருக்கும் ஏமாற்றத்தை அளித்தது.

"என்னடா... தூக்கம் வருது, நான் படுத்துக்க போறேன்னு சொல்ற மாதிரி உள்ளே போயிடிச்சு."

"அதானே?"

"சரிடா... நீ கிளம்பு. எனக்கு லேசா தலைவலிக்குது. ஒரு காப்பி குடிக்கிற வழியைப் பார்ப்போம்."

அர்ஜூனும் அதன்பின் எதுவும் பேசாமல் 'பைக்'கை உதைத்துக் கிளப்பினான். அது சீறத் தொடங்கியது. அந்த சத்தம் கேட்டு அவர்கள் போய்விட்டார்களா? என்பது போல திரும்பவும் அந்தப் பாம்பு எட்டிப் பார்த்தது!

காப்பி ஷாப்!

மெல்லிய வெளிச்சமுள்ள ஒரு மூலையாக பார்த்து உட்கார்ந்து கொண்டாள், பிரியா. தெரிந்தவர்கள் யாரும் பார்த்துவிடக் கூடாதே என்ற ஒரு குறுகுறுப்பு அவளிடம் தெரிந்தது. துப்பட்டாவை தலைக்கு முக்காடு போல போட்டுக்கொண்டு கூலிங்கிளாசையும் முகத்துக்கு மாட்டிக் கொண்டாள்.

அவளை இன்னார் என்று கண்டுபிடிப்பது சற்று கஷ்டம்தான். இருந்தும் ஒரு 'டை' கட்டிய மனிதர் அவள் எதிரில் வந்து "அலோ... அம்மா எப்படி இருக்காங்க?" என்று கேட்கவும் சற்று தூக்கிவாரிப் போட்டது.

"நீங்க...?"

"என்னம்மா... என்னைத் தெரியலியா? உங்க பங்களாவோட 'ஆர்க்கிடெக்ட்' நான்."

"ஓ... எனக்கு சட்டுன்னு அடையாளம் தெரியலை. அம்மா நல்லா இருக்காங்க."

"பத்திரிகையில் எல்லாம்கூட பார்த்தேன். பத்மஸ்ரீ ஆகப்போறாங்களாமே?"

"ஆ... மா..." – பிரியா சன்னமான உணர்வுப் பின்னலுக்குள் தர்மசங்கடமாய் உணர்ந்தாள்.

அப்போது அர்ஜுன் கையில் காப்பியுடன் வந்து சேர்ந்தான். அது ஒரு செல்ப் சர்வீஸ், காப்பி கிளப்!

"நீங்க இந்த காப்பி ஷாப்புக்கு வந்திருக்கிறது எனக்கு ரொம்ப ஆச்சரியமா இருக்கு. இதோட உரிமையாளர் எனக்கு நல்ல நண்பர். அவருக்கு நீங்க யாருங்கிறது தெரிஞ்சா ரொம்பவே சந்தோஷப்படுவாரு!"

பேச்சோடு பேச்சாக அந்த கட்டட கலைஞன், நண்பரையே அறிமுகம் செய்து வைத்துவிடுவது என்பது போல அவரது 'கேபின்' நோக்கி சென்றார்.

அதை பிரியாவும் உணர்ந்து கொண்டவள் போல "அர்ஜுன்... காப்பியும் வேண்டாம்... ஒண்ணும் வேண்டாம்... கிளம்பு" என்று அவனைத் தள்ளிக்கொண்டு அங்கிருந்து பாயத் தொடங்கினாள். அவள் எதிர்பார்த்தது போலவே நண்பருடன் வந்த கட்டட கலைஞனுக்கு ஏமாற்றம்.

"இங்கதான் இருந்தாங்க... அதுக்குள்ள கிளம்பிட்டாங்க. அட... காப்பியைக்கூட குடிக்காம போயிட்டாங்க பாருங்க..."

அவர் காப்பி கோப்பைகளைக் காண்பித்தார். அதில் நுரைத்து வழிந்த நிலையில் காப்பி!

ஒருவருக்கு பத்து பேர்!

அவ்வளவு பேரும் மதுரையின் தனியார் துப்பறியும் நிபுணர்கள். சிலர் 'கோட் சூட்' போட்டு, 'டை' கட்டி இருந்தார்கள். ஒருவர் தோட்டக்காரன் மாதிரி வேட்டி – சட்டை, தோளில்

துண்டுடன் வந்திருந்தார். அவ்வளவு பேரும் 'லயன்' லட்சுமிக்காக அம்பாரி மாளிகையின் ஒரு தனி குளிரூட்டப்பட்ட அறையில் அமர்ந்திருந்தனர். அவர்கள் அவ்வளவு பேருக்கும் கேட்டுக் கேட்டு குளிர்பானங்கள் வழங்கப்பட்டு கொண்டிருந்தன.

சிறிது நேரத்திலேயே 'லயன்' லட்சுமி அந்த அறைக்குள் நுழைந்தாள். கூடவே, நிழல் போல சிட்டிபாபு. எல்லோரும் மரியாதையாக எழுந்து நின்றனர்.

அனைவரையும் உட்காரச் சொன்ன லட்சுமி, பார்க்க மிகவும் சோகமாக தெரிந்தாள். எப்போதும் அவள் காதிலும் கழுத்திலும் 'ஜிகுஜிகு'வென மின்னும் வைர நகைகளைக் காணவில்லை.

துப்பறியும் நிபுணர்கள் புத்திசாலிகள். அவளது முகத்தை வைத்தே அவள் பெரிய அளவில் துக்கத்தில் இருப்பதை யூகித்துக் கொண்டனர். சிட்டிபாபுதான் அந்த சந்திப்பில் பேசத் தொடங்கினான்.

"உங்க அவ்வளவு பேருக்கும் மேடம் சார்பா என் வணக்கங்கள். மேடத்தோட ஒரே மகளான பிரியதர்ஷினிங்கிற பிரியா காணாம போய் இந்த நொடியோடு ஒருநாள், மூணு மணி நேராகுது... அதாவது, 27 மணி நேரம். அவங்க மட்டும் காணாம போகலை... அவங்களோடு சேர்ந்து விலைமதிப்பு மிக்க ஒரு மாணிக்கக் கல்லும் காணாம போயிருக்கு.

இந்த விஷயங்களை மேடம், போலீஸ்ல பேச விரும்பலை. போலீசுக்கு போனா ஏதோ ஒரு விதத்துல பத்திரிகைகளுக்கு தகவல் போயிடும். அது ஒருவகையில காணாம போன பிரியாவுக்கு கெடுதலாகக்கூட முடியலாம். அதனாலதான் தனியார் துப்பறியும் நிபுணர்களளான உங்களைக் கூப்பிட்டு இங்கே ரகசியமான முறையில பேசிகிட்டிருக்கோம்."

"சின்ன மேடம் பிரியதர்ஷினிங்கிற பிரியா பற்றிய தகவல்கள் ஓர் உறையில் உங்களுக்கு தரப்படும். உங்கள்ல யார் சீக்கிரமா அவங்களைக் கண்டுபிடிக்கிறீங்களோ அவங்களுக்கு நீங்க கேக்கற ஊதியம் தரப்படும்.

உங்களுக்கு எந்த சந்தேகம்னாலும் என்கிட்ட கேட்கலாம். நான் அதுக்கு பதில் சொல்ல தயாரா இருக்கேன். அதே நேரம், இப்படி ஒரு தேடல் நடப்பது வெளியே யாருக்கும் தெரியக்கூடாது. தெரிஞ்சா விளைவுகள் ரொம்ப மோசமா இருக்கும். இதை ஒரு சின்ன எச்சரிக்கையா சொல்லிக்க விரும்புறேன்."

சிட்டிபாபு, 'லயன்' லட்சுமி பேச நினைத்ததை எல்லாம் கிட்டத்தட்ட சொல்லி முடித்துவிட்டான். அவன் பேசியதை தொடர்ந்து அம்பாரி மாளிகையின் கணக்காளர் அந்தோணிமுத்து என்பவர் ஆளுக்கோர் 'உறை'யைக் கொடுத்தார். அதில் பிரியாவின் புகைப்படம் மற்றும் அவளைப் பற்றிய அங்க அடையாள குறிப்புகள். கூடவே ஐந்தாயிரம் ரூபாய்!

ஒவ்வொருவருக்குள்ளும் அந்த தொகை ஒரு புது உற்சாகத்தை ஏற்படுத்தியது. முகத்தில் 'சுவிட்ச்' போட்ட உடன் விளக்கு எரிகிற மாதிரி பணத்தைப் பார்த்த உடன் சிரிப்பு தொற்றிக் கொண்டது.

'உறை' விநியோகம் முடியவும் ஒரு துப்பறிவாளர் எழுந்து நின்றார்.

"என்ன... எதாவது கேள்வியா?"

"ஆமாம் சார்..."

"கேளுங்க..."

"சின்ன மேடம் யாரையாவது காதலிச்சாங்களா?"

"இது ஒரு வழக்கமான கேள்வி. அப்படி எல்லாம் கிடையாது. ஆனா, அர்ஜுன் என்கிற சக மாணவனோடு அவங்களுக்கு நெருக்கம் அதிகம்கிறது உங்களுக்கு நான் சொல்லவேண்டிய விஷயம். அந்த அர்ஜுன் பத்தியும் இந்த உறையில் தகவல் இருக்கு..."

"உங்ககிட்ட பணம் பிடுங்கிறதுக்காக யாராவது பிளாக்மெயில்..."

"அப்படி எல்லாம் பண்ண வாய்ப்பு இல்லை. ஆனா, மாஜி எம்.எல்.ஏ. ராஜதுரை, மேடம்மேல ரொம்ப கோபமா இருக்கிறதால அவரை நீங்க கட்டாயம் மோப்பம் பிடிக்கலாம்..."

"ராஜதுரை மாதிரியே வேறு யாருக்காவது பகையோ, பொறாமையோ உண்டா?"

"நிச்சயமா இருக்க வாய்ப்பு இல்லை."

"கொஞ்சம் நல்லா யோசிச்சுச் சொல்லுங்க..."

"நல்லா மட்டுமில்ல... எப்படி யோசிச்சாலும் இல்லைங்கிறதுதான் பதில்..."

"அவங்களோட ஒரு மாணிக்கக் கல் காணாம போனதா சொன்னீங்களே... அதோட மதிப்பு...?"

"பல கோடி... அதுக்காக அவங்களை கடத்த வாய்ப்பு இருக்கு... அதேவேளை, மாணிக்கம் இருக்கிறது ராஜதுரை தவிர வேற யாருக்கும் தெரியாதுங்கிறது எங்க அபிப்ராயம்..."

"அப்ப ராஜதுரைதான் முக்கிய வில்லனா?"

"இருக்கலாம்... ஆனா அந்த ஆள்கிட்ட மேடம் பேசிட்டாங்க. அவனுக்கு சின்ன மேடம் காணாமபோனதே தெரியலை. மேடம் பேசப்போய்தான் தெரியவந்தது. அதேநேரம், அவன் தெரியாத மாதிரி நடிக்கவும் வாய்ப்பு இருக்கு..."

"அந்த மாணிக்கம் வெளியே கிடைக்காத ஒரு அதிசயம் கொண்டதா?"

"கிட்டதட்ட அப்படித்தான்..."

"செத்துப்போன நரிக்குடி ஜமீன்தார் வெச்சிருந்த நாகமாணிக்கம் மாதிரின்னு அதை எடுத்துக்கலாமா?"

ஓர் ஏஜெண்டு நெட்டுக்குத்தலாக விஷயத்தைத் தொட்டுவிட, 'லயன்' லட்சுமி ஒரு விநாடி ஆடிப்போனாள். பின் மவுனமாக ஆமோதித்தாள்.

'அதேதான்' என்று கூறிட நாக்கு துடித்தாலும், வேண்டாம் என்று ஏதோ ஓர் உள்ளுணர்வு தடுத்தது. சிட்டிபாபுவுக்கு தெரியாத அந்த உண்மையை போட்டு உடைக்கத் தயக்கமாகவும் இருந்தது.

அவர்களும் அதற்குமேல் பிரதான கேள்விகள் அப்போதைக்கு இல்லாததால் எழுந்துவிட்டனர். பின்னர் தனித்தனியே கும்பிட்டுவிட்டு புறப்படவும் செய்தார்கள்.

அவர்கள் செல்லவும் சிட்டிபாபு பக்கம் லட்சுமி திரும்பினாள்.

"மேடம்..."

"அந்த சாமியாரைச் சந்திக்கணும்னு சொன்னேனே..."

"கோம்பை மலைக்கு நம்ம ஆட்கள்ல ஒருத்தருக்கு ரெண்டு பேரை அனுப்பி இருக்கேன் மேடம்..."

"அவங்ககிட்ட இருந்து தகவல் ஏதாவது...?"

"எதிர்பார்த்துகிட்டே இருக்கேன். தைரியமா இருங்க மேடம். நம்பவரையில் நாம் என்னவெல்லாம் செய்யணுமோ அதை எல்லாம் செய்தாச்சு. பிரியா மேடத்துக்கு எதுவும் ஆகி இருக்காது..."

சிட்டிபாபு என்னதான் ஆறுதல் கூறினாலும், அழுகை என்றால் என்னவென்றே தெரியாத அவள் கண்களிலும் கண்ணீர்!

அழகர் மலை அடிவாரம்.

டவுன் பஸ்சில் இருந்து உதிர்ந்த சிட்டிபாபு அனுப்பிய அந்த இரண்டு பேரும் பழக்கடைகளில் கண்ணில்பட்ட கொய்யா, மாம்பழம் மற்றும் சப்போட்டா என்று எல்லாவித பழங்களையும் ஓர் ஐம்பது ரூபாய்க்கு வாங்கி, தோளில் தொங்கியபடி இருந்த பையில் போட்டுக் கொண்டனர்.

அங்கிருந்த பழமுதிர்சோலை நோக்கி நடக்க ஆரம்பித்தனர். சிறிது தூரத்திலேயே இரு இளைஞர்கள் கையில் வெள்ளரிப்பிஞ்சுகளுடன் ஒரு போட்டிக்கு தயாராக இருந்தனர்.

அழகர்கோயில் அடிவாரத்தில் இருந்து பழமுதிர்சோலை முருகன் கோயில்வரை வெள்ளரிப்பிஞ்சை அவர்கள் எடுத்துச் சென்றுவிட்டால் அவர்களுக்கு 1000 ரூபாய் பரிசாம்!

இருவரையும் அந்தப் போட்டி தூண்டிவிட்டது.

"வெள்ளரிப்பிஞ்சுகளை மேல கொண்டு போறது அவ்வளவு பெரிய விஷயமாக்கும்?"

"கொண்டுகிட்டு போயிடுங்க பார்ப்போம். கையில கம்பு எல்லாம் வெச்சுக்கக்கூடாது."

"சரி... அப்படி கொண்டுகிட்டு போக முடியாதபடி என்னதான் நடக்கும்?"

"பழமுதிர்சோலைவரை மந்திங்களால் பிரச்சினை... அதுக்குமேல மூலிகைத் தோட்டம் வழியா நடக்கையில் தேனீக்களால் பிரச்சினை... அதுக்கும்மேல கோம்பை மலையை நோக்கி போகும்போது கரடிங்க கண்ணுல பட்டா அம்புட்டுதான்."

அந்த இருவருக்கும் அடிவாரத்திலேயே அதிர்ச்சி காத்திருந்தது. அதேபோல வெள்ளரிப்பிஞ்சுடன் நடந்த இளைஞர்களில் ஒருவன், ஒரு மந்தியால் துரத்தப்பட, பிஞ்சுகளை தூக்கி எறிந்துவிட்டு, விட்டால் போதும் என்று ஓடிக்கொண்டிருந்தான்.

இருவரும் பழப் பையை பயத்தோடு தொட்டுப் பார்த்துக் கொண்டனர். அவர்களை ஒரு மூலையில் இருந்து கஞ்சா சாமி ஒன்றும் பார்த்துக்கொண்டே இருந்தது!

அதன் கண்களில் அப்படி ஒரு போதை. ஆனால், தள்ளாட்டமின்றி நடந்துவந்தது.

இருவரையும் பார்த்துவிட்டு, "நீங்க உங்க மாளிகையில பாம்பு பிடிச்ச சங்கரானந்தசாமியைத் தேடி வந்தவங்கதானே?" என்று கேட்டது.

இருவருக்குமே ஒருவித இன்ப அதிர்ச்சி!

அத்தியாயம் 

'சில அடி தூரத்தில் ஒரு பாறைமேல் சடைபிடித்த தலைமுடி, இடுப்பை கடந்து தொங்க, நிர்வாணமாக ஒரு சாமியார்!'

அந்த 'கஞ்சா' சாமிக்கு கண் இரண்டும் செருகிக் கிடந்தாலும், பேச்சு சரளமாக வந்தது. உடம்பு லேசாக தள்ளாடினாலும், கீழே விழுந்துவிடவில்லை. லட்சுமிக்காக சிட்டிபாபுவால் அனுப்பப்பட்ட அந்த இருவருக்கும் 'கஞ்சா' சாமியை எந்த அளவுக்கு நம்புவது என்பதில் பெரிய அளவில் குழப்பம்.

அது அவர்கள் முகத்தில் எதிரொலித்தது! "என்னய்யா யோசிக்கிறீங்க... நீங்க தேடி வருவீங்கன்னு தெரிஞ்சுதான் சாமி என்னை அனுப்பி, உங்களைக் கூட்டிக்கிட்டு வரச்சொன்னார். புறப்படுவோமா?" என்று 'கஞ்சா' சாமி திரும்ப கேட்கவும், இருவரும் ஒருவரை ஒருவர் பார்த்துக் கொண்டனர்.

"என்ன, திரும்பவும் யோசனை...? என்மேல உங்களுக்கு நம்பிக்கை இல்லையா?"

"இல்ல... தேடி வந்தது நாங்கதான்னு உங்களுக்கு எப்படி தெரியும்?"

"தெரிஞ்சிகிட்டாதான் நான் சாமி... இல்லாட்டி உங்க மாதிரி ஆசாமியால்ல ஆயிடுவேன்?"

"இப்படி பொதுவா சொன்னா எப்படி?"

"விளக்கமா சொன்னா உங்களுக்கு புரியாதுய்யா. சித்தயோகம் பத்தி உனக்கு எதாவது தெரியுமா?"

"அப்படின்னா?"

"பாரு... சித்தயோகம்னாலே உனக்கு தெரியலை. நீ எல்லாம் கேள்வி கேக்கறே... சரி என் பின்னால வா!"

"அட இருங்க சாமி... ஒரு ஃபுல் அடிச்ச மாதிரி மப்போடு இருக்கிற உங்க பின்னால் நாங்க வர்றதுக்கு, நீங்க போய் அந்த சாமியைக் கூட்டிக்கிட்டு வந்துடலாம்ல?"

"அப்ப உங்களுக்கு என்மேல் நம்பிக்கை இல்லையாக்கும்?"

"அட என்ன சாமி நீ... இந்த ஆட்டம் ஆடுறே... கண்ணெல்லாம் வேற செருகிக்கிடக்குது. உன்கூட வந்து காட்டுக்குள்ள நாங்களும் ஏதாவது பள்ளத்துக்குள் விழவா?"

"எந்த நிலையிலும் நான் விழமாட்டேன்... நீங்கதான் கவனமா வரணும். சரி, வந்தா வாங்க... வராட்டி போங்க. நான் போய் சாமிகிட்ட சொல்றேன்..."

அந்த 'கஞ்சா' சாமிக்கு கொஞ்சம் கோபமும் வந்தது. உடனேயே திரும்பியும் நடந்தது. எல்லோரும் செல்லும் வழித்தடத்தில் செல்லாமல், அதுவாக ஒரு பக்கம் சென்றது.

இருவரும் அதற்கே தெரியாமல் அதைப் பின்தொடர முடிவு செய்தபோது, அவர்களில் ஒருவனின் 'செல்போன்' ஒலித்தது. சிட்டிபாபுதான் பேசினான்.

"வணக்கம் சார்... நாங்க இப்ப அழகர் கோயில் அடிவாரத்துலதான் இருக்கோம்... யாருன்னு தெரியலை. ஒரு கஞ்சா சாமியார், நம்ப பங்களாவுக்கு வந்த சாமியாரை கூட்டிக்கிட்டு வரச்சொன்னதா சொல்லி கூப்பிட்டாரு... எங்களுக்கு சந்தேகமா இருக்கவும், தயங்கி நின்னோம். ஆனா, அவரோ கோவிச்சிக்கிட்டு திரும்பிப் போயிட்டார்."

"அட கூறுகெட்டவனுங்களா... அவருக்கு தெரியாம அவர் பின்னாடியே போங்க. எப்படியாவது நம்ம வீட்டுக்கு வந்த சாமியைப் பார்த்து, கையோடு கூட்டிக்கிட்டு வாங்க..."

"சரிங்க..."

அடுத்த நொடியே இருவரும் 'கஞ்சா' சாமி போன பாதையில் பின்தொடர்ந்தனர்.

குட்டையான மரங்கள், சரளை சரளையாக கற்கள், ஊட்டமாய் வளர்ந்திருக்கும் கோரைப் புற்கள் - அவற்றுக்கு நடுவில் பிணைந்து கிடக்கும் பிரண்டைக் கொடிகள் என்று அந்த பாதை முழுக்க ஒரு தினுசாக இருந்தது.

ஒருசில இடங்களில் முதுகில் 'பளிச்'சென்ற கறுப்பு - சிவப்பு கோட்டோடு மரவட்டைகள் வேறு... 'விசுக்'கென்று குறுக்கில் கீரி ஒன்று இருவர் முன்னால் கடந்து போகவும், அவர்களுக்கு சற்று மனப்பிராந்தி ஏற்பட்டது.

அந்த 'கஞ்சா' சாமியோ விழுவது போன்ற பாவனையுடன் - ஆனால், விழுந்துவிடாதபடி மரக்கூட்டங்களுக்குள் புகுந்து புகுந்து போய்க்கொண்டே இருந்தது.

"டேய்... இப்படியே எவ்வளவு தூரம்டா போக...?"

"தூரமா கணக்கு... போறோம், பார்க்கிறோம். அந்த சாமியையும் பிடிச்சு இழுத்துகிட்டு வர்றோம்."

அவர்கள் தங்களுக்குள் சொல்லிக்கொண்டே நடையைத் தொடர்ந்தனர்.

"நான் இதே மதுரையில் பொறந்து வளர்ந்தவன்... ஆனா, எனக்கே இப்படி ஒரு மலைப்பகுதி இருக்கிறது தெரியலை பார்த்தியா?"

"தெரிஞ்சாதான் நாம் என்ன பண்ணப்போறோம்? இங்கே நாமெல்லாம் இருக்க முடியுமா?"

"ஏன் முடியாது... ஊருக்குள்ளே டே ாக்குரைத்து தொல்லையிலேயும், வெயில் புழுக்கத்துலேயும் தவிக்கிறதுக்கு இங்கே வந்து நிம்மதியா இருந்துடலாம்..."

அவர்கள், அவர்களுக்குள் பேச்சு கொடுத்துக் கொண்டேதான் நடந்தனர். இடையில் சாலையை நனைத்துக் கொண்டு ஓடியது ஒரு சிறு ஓடை! அதன் நீரில் அப்படியொரு சிலுசிலுப்பு. அள்ளிப் பருகவும், உச்சி முதல் பாதம்வரை ஒரு பரவசம் மின்னலைப் போல ஓடியது.

"ஆத்தி... இந்த தண்ணி எவ்வளவு தித்திக்குது...?"

"மலைத் தண்ணின்னா சும்மாவா?" - அந்தத் தண்ணீரால் முகம், கழுத்து என்று நனைத்துக் கொண்டு நிமிர்ந்தவர்களுக்கு ஒரு கணம் தூக்கிவாரிப் போட்டது.

சில அடி தூரத்தில் ஒரு பாறைமேல் சடைபிடித்த தலைமுடி, இடுப்பை கடந்து தொங்க - நிர்வாணமாக ஒரு சாமியார்!

ஏனோ அவர் கண் இரண்டும் இரத்தத்தில் ஊறியவை போல அவ்வளவு சிவப்பாக இருந்தன. அவர் எடையைவிட அவரது சடா முடியின் எடை அதிகம் இருக்கும் போல தோன்றியது.

அவர் பார்வையிலும் ஒரு துளையிடுகிற தன்மை... அந்த நேரம் பார்த்து படபடவென்று இரு பறவைகள் மோதிக்கொள்வது போல ஓர் சப்தம். இருவர் கவனமும் திசை திரும்பியது.

அங்கே இன்னொரு பாறைமேல் 'உள்ளான்' பறவை ஒன்றும், வெண் தோகை 'கிடாரி' ஒன்றும்தான் முட்டி மோதிக் கொண்டிருந்தன. அது ஓர் அதிசயக் காட்சிதான். கிடாரியை அபூர்வமாகத்தான் பார்க்க முடியும். அவை இரண்டும்கூட சரேலென்று வானில் ஏறி, மலையின் மறுபக்கத்துக்கு சென்றுவிட்டன! அந்த இரண்டு பேரும் திரும்பவும் சடாமுடி சாமியாரைப் பார்க்க திரும்பினர். ஆனால், அவரைத்தான் காணவில்லை. அய்யோ அவர் ஒளிய பெரிதாக பொந்தோ... புதரோகூட இல்லை.

இருவருக்கும் லேசாக வெலவெலப்பு தட்டத் தொடங்கியது.

அம்பாரி மாளிகையில் 'கிரீச்'சிட்டு நின்றது, நரிக்குடி ஜமீனுக்கு சொந்தமான அந்த கார். உள்ளே நல்லமணி ஐயாவின் பேரன் ரமேஷ் என்கிற மணிகண்ட பிரபு.

செத்துப்போன தாத்தாவுக்காக அவன் கர்ம காரியங்கள் செய்திருக்கிறான் என்பது அவனது வழவழப்பான மீசை இல்லாத முகத்தை வைத்தே தெரிந்து கொள்ள முடிந்தது.

'தொளதொள'வென்று மேல்நாட்டு சட்டை ஒன்றையும், கீழே ஜீன்ஸ் பேண்டும் அணிந்திருந்தான். காரைவிட்டு இறங்கும் போதே மாப்பிள்ளை தோரணை வந்துவிட்டது, அவனுக்கு... மாளிகை செழிப்பை நாலாபுறமும் பார்த்தபடி, அப்படியே செல்போனில் யாருடனோ பேசிக்கொண்டு பங்களாவினுள் நுழைந்தான்.

உள்ளே அவனை பெரிதாக யாருக்கும் தெரிந்திருக்கவில்லை. சிட்டிபாபு, எல்லோருக்கும் வாய்ப்பூட்டு போட்டிருந்தான். அவனே எதிரில் வந்தவனாக ரமேஷிடம், "யார் சார் நீங்க... மேடம் 'அப்பாய்ண்ட்மென்ட்' இருக்கா?" - என்று கையை ஆட்டியபடியே கேட்டான்.

ரமேசுக்கு சிரிப்பு வந்தது.

"அம்மாகிட்ட போய் சொல்லு... நல்லமணி ஐயா பேரன் ரமேஷ் வந்திருக்கேன்னு..."

அந்த பதில் சிட்டிபாபுவை சற்று வெலவெலக்க வைத்தது.

"சார் நீங்க... நீங்கதான் எங்க மேடத்தோட மாப்பிள்ளையா? வாங்க சார்... வாங்க..." - என்று உள்ளே அழைத்துச் சென்று, ஒரு பெரிய சோபாவில் உட்காரச் சொன்னான். அதே வேகத்தில் உள்ளே ஓடினான்.

'லயன்' லட்சுமி தனியறை ஒன்றில், மூங்கில் மோடோமேல் காலை தூக்கிப் போட்டுக்கொண்டு, தலையில் கை வைத்தபடி அமர்ந்திருந்தாள்.

"மேடம், மாப்பிள்ளை சார் வந்துருக்கார்..." - என்ற குரலோடு உள்ளே நுழைந்தவன், அவளை 'எக்ஸ்பிரஸ்' வேகத்தில் அழைத்து வந்தான். வரும் வழியிலேயே 'பிரியா காணாம போன விஷயம் பத்தி மாப்பிள்ளைகிட்ட மூச்சு விடக்கூடாது...' என்று

வாய்ப் பூட்டும் போட்டுவிட்டாள், லட்சுமி. அவள்வரையில் ரமேஷ் வருவதை அப்போது துளிகூட எதிர்பார்க்கவில்லை...

"வாங்க மாப்பிள்ளை" என்றபடியே சரிகை முந்தானையை இழுத்து போர்த்திக்கொண்டு, அவனுக்கு எதிர் சோபாவில் அமர்ந்தாள். அமர்ந்த வேகத்தில் "என்ன மாப்பிள்ளை இது... வரப்போறதா போன் பண்ணி இருந்தா நான் வண்டி அனுப்பி இருப்பேனே?" - என்று ஆரம்பித்தாள்.

"என்னவோ தோணிச்சு... அதான் வந்துட்டேன். நேத்து ராத்திரி கனவுல தாத்தா வேற வந்துட்டார்..." - அவன் பதிலில் சில அதிர்வூட்டும் செய்திகள்.

"அப்படியா?"

"ஆமாம் அத்தை... தாத்தா என்னை தூங்கவே விடலை. 'போடா போ... போ... பிரியா கழுத்துல சீக்கிரமா தாலியைக் கட்டு. இல்லேன்னா அவளுக்கு ஆபத்து'ன்னு அவர் திரும்பத் திரும்ப சொல்றாரு...!"

ரமேஷ் சாதாரணமாக சொல்கிறானா... இல்லை கதை அடிக்கிறானா என்பதை லட்சுமியால்கூட அனுமானிக்க முடியவில்லை. அவன் முகத்தையே வெறித்துப் பார்த்தாள்.

"கனவு விஷயத்தை எங்கம்மாகிட்டகூட சொன்னேன், அவங்க பயந்துட்டாங்க... என்வரையில அவர் நினைப்பாவே இருந்ததால், அது தூங்கும் போது கனவா வந்துருக்குன்னுதான் நினைக்கிறேன்... ஆமா, எங்கே பிரியா?"

ரமேஷ் கச்சிதமாக செய்தியைப் பிடித்தான்.

"பிரியா... பிரியா... இப்பதான் சென்னை புறப்பட்டுப் போறா!" - லட்சுமியிடம் இருந்து வேகமாக ஒரு பொய் தெறித்து விழுந்தது.

"சென்னைக்கா...?"

"அ... ஆமாம் மாப்பிள்ளை. காலேஜ் ஆஸ்டலில் அவ பொருள்கள் எல்லாம் அப்படியே இருக்கு. அதை எடுத்துக்கிட்டு,

எல்லார்கிட்டேயும் சொல்லிட்டு வந்துடுறேன்னு கிளம்பிப் போனா..."

"அப்படியா... ஆமா எப்ப வருவா?"

"ரெண்டு நாள்தான். போன வேகத்துல வந்துருவா."

"அடடா... முதல்முதலா வரும்போதே எனக்கு ஏமாற்றமா இருக்குதே..."

"அட... நீங்க ஒண்ணு! அப்படி ஏன் நினைக்கிறீங்க... ஒரு நல்ல விஷயம் கொஞ்சம் தள்ளிப்போய் நடக்குதுன்னு நினைச்சுக்குங்க..."

"ஆமாம் அத்தை... நானும் அப்படித்தான் நினைக்கிறேன். நான் பள்ளிக்கூட படிப்பைக்கூட சரியா முடிக்கலை. ஆனா, பிரியா ஒரு பி.இ. பட்டதாரி. உண்மையில் எனக்கு ரொம்ப பெருமையா இருக்கு... ஆமா, பிரியாவுக்கு நான் படிக்கலேன்னு ஒண்ணும் வருத்தம் இல்லையே...?"

"சேச்சே... நமக்கெல்லாம் படிப்பு இதோ இந்த சேலையில் உள்ள சரிகை மாதிரிதான்... இருக்கிற ஆஸ்திபாஸ்தியை ஒழுங்கா காப்பாத்தினா போதாது?"

"சரி அத்தை... நான் கிளம்புறேன்..."

"அட என்ன இது... இருந்து சாப்பிட்டுட்டுத்தான் போகணும்."

"இல்லை... சாப்பிடுற மனநிலையில் இப்ப நான் இல்லை. இந்த சம்பிரதாயமெல்லாம் எதுக்கு?"

"அப்படி இல்லை... முதல்முதலா வீட்டுக்கு வந்திருக்கீங்க... அதான் சொன்னேன். ஒரு காப்பியாவது..."

பேச்சோடு இன்டர்காமில் ஆணை பறந்தது.

அங்கு நின்றுகொண்டிருந்த சிட்டிபாபுவுக்கு அப்போது பார்த்து 'செல்போன்' அழைப்பு, சற்று தள்ளிச் சென்று, காதைக் கொடுத்தான். மறுபக்கமாய் கோம்பை மலையில் இருந்து சாமியார்தான் பேசினார்.

"தம்பி... நான் சங்கரானந்தம் பேசுறேன். உங்க ஆட்கள் என்னை தேடி வந்துகிட்டு இருக்காங்க போல தெரியுது. நான் அவங்களோடு வந்துடுறேன். அதை சொல்லத்தான் 'போன்' பண்ணினேன்."

"சாமி நீங்களா...? உடனே வாங்க... இங்கே ஒரே குழப்பமான சூழ்நிலை..."

"சரி... நான் ஒரு அரை மணி நேரத்துல அங்கே இருப்பேன்..."

"என்ன சாமி சொல்றீங்க? அரை மணி நேரத்துல எப்படி வரமுடியும்?"

"அது என் கவலை தம்பி... உங்களுக்கு எதுக்கு? வெச்சிடட்டுமா?"

சங்கரானந்த சாமியார் அழைத்த என்னை அப்படியே தன் செல்போனில் பதிவு செய்துவிட்டு திரும்பினான்.

ரமேஷ், பார்த்துக்கொண்டே இருந்தான். அவன் பார்ப்பதை வைத்து சந்தேகப்படுகிறானா...? இல்லை சாதாரணமாக பார்க்கிறானா? என்று கண்டறிய முடியாத நிலை. சிட்டிபாபுவுக்குள் சட்டென்று ஒரு யுக்தி.

லட்சுமியைப் பார்த்து, "மேடம்... நம்ம சங்கரானந்த சாமி உங்களைப் பார்க்க நேரம் ஒதுக்கிக் கேட்டாரு. அம்மாகிட்ட கேட்டு சொல்றேன்னேன்... அரை மணி நேரத்துல வந்துடுவேன், அவசியம் பார்க்கணும்கறாரு..." - என்றான்.

லட்சுமிக்கு புரிந்துவிட்டது. அதற்குள் காப்பியும் வந்தது. அழகான வெள்ளி தம்ளரில்... கிருஷ்ணய்யர் எனும் சமையல்காரர் அனுப்பியதை லட்சுமியும் ரசித்தாள்.

ரமேஷ் பாதி காப்பியை மட்டும் குடித்தான். மீதியை வைத்துவிட்டு, "அப்ப நான் வர்றேன்" - என்று கும்பிட்டபடி கிளம்பினான்.

லட்சுமிக்கு 'அப்பாடா' என்று இருந்தது!

அர்ஜுனின் வீடு.

அழைப்பு மணி ஒலிக்கவும், கதவைத் திறந்தான்.

வெளியே, பூச்சிமருந்து அடிக்கும் ஒருவர்.

"சார்... எல்லா வீடுகளிலும் பூச்சிமருந்து அடிக்கிறோம்."

"பூச்சி மருந்துக்கு இப்ப என்ன அவசரம்? அதுலேயும் நாங்க வீட்டை சுத்தமா வச்சிருக்கிறோம்..."

"அப்படி இல்ல சார்... சிக்குன்குனியா வந்துட்டா என்ன பண்ணுறதுன்னுதான் இந்த ஏற்பாடு... கொஞ்சம்கூட வாடை இருக்காது சார்... எல்லாம் உங்க நல்லதுக்குத்தான்."

"சரி சரி, வாங்க..."

"நீங்களும் கூடவே இருந்து எல்லா இடத்தையும் காட்டினா, நல்லா அடிச்சு தந்துடுறேன்."

அந்த ஆள் பேசிக்கொண்டே உள்ளே போய், அர்ஜுன் சொன்ன எல்லா இடங்களிலும் மருந்து அடித்து முடித்துவிட்டு, படுக்கை அறை பக்கமும் பார்வையை விட்டான். படுக்கையில் யாரோ ஒருவர் சுருண்டு படுத்திருந்தார்.

"யார் சார் அது?"

"எங்க அப்பாய்யா..."

பதில், முகத்தில் அறைந்தது.

எல்லாம் முடிந்து வெளியே வந்த அந்த ஆள், முதல் காரியமாக செல்போனில் ஒரு தனியார் துப்பறியும் நிபுணரைத்தான் அழைத்தான்.

"சார்... வீட்டுக்குள்ள பூச்சிமருந்து அடிக்கிற சாக்குல முழுவதுமாக பார்த்துட்டேன். அந்தப் பொண்ணு இங்கே இல்லை!"

"அந்த அர்ஜுன் எப்படி இருக்கான்?"

"ரொம்ப இயல்பா இருக்கான் சார். நல்லா ஓவியம் வரைவான் போல இருக்கு... அவன் அறை பூரா ஓரே 'சீனரிஸ்'தான்..."

"சரி... நீ 'மேக்கப்'பை மாத்திகிட்டு அவனை இன்னிக்கு பூரா கண்காணிச்சுக்க..."

"சரி சார்..." - பேச்சு முடிந்தது.

அடுத்து...?

அர்ஜுனுக்கு தொலைபேசி செய்தி, வெற்றி தகவலை சொல்ல ஆரம்பித்தது.

"மிஸ்டர் அர்ஜுன்... நீங்க தாக்கல் செய்த 'புராஜக்ட் ஒர்க்' ஒப்புதல் ஆகி இருக்கு... அதுக்கு தங்கப்பதக்கம் தரவும் கவுன்சில்ல முடிவு செய்து இருக்காங்க..."

"வாவ்!" - அர்ஜுன் துள்ளிக் குதித்தான்.

'நாகமாணிக்கம் வேலை செய்கிறதா?' மகிழ்ச்சியான அந்த செய்தியைச் சொல்வதற்காக பிரியாவை தொடர்புகொண்டான். புதிய செல்போன், புதிய எண்.

"பிரியா... நாகமாணிக்கம் நல்லா வேலை செய்யுதுடா, என்னோட 'புராஜக்ட்'டுக்கு தங்கப் பதக்கம் கிடைச்சிருக்கு. அதுக்கு 5 லட்ச ரூபாயை நம்ப காலேஜ் கவுன்சிலே அனுமதிக்க முடியும்."

"என்ன 'புராஜக்ட்' அர்ஜுன்?"

"சூரிய சக்தியை பயன்படுத்தி, போக்குவரத்து 'சிக்னல்'களை எப்படி இயக்க முடியும்கிறதுதான், என் 'புராஜக்ட்!' இது 'ஓ.கே.' ஆயிட்டா போக்குவரத்து போலீசார் தேவையில்லை. அதே நேரம், ஆள் இல்லையேன்னு யாராவது விதியை மீற நினைச்சா, அவங்களை படம் எடுத்து பக்கத்து போலீஸ் நிலையத்துக்கும், 'ஆர்.டி.ஓ.' ஆபீசுக்கும் தகவல் தந்துடும். அடுத்த நிமிடமே அவங்க வாகன பதிவு எண், அடுத்த சிக்னலில் எச்சரிக்கையோடு 'டிஸ்பிளே' ஆகும்."

"ஓ... சபாஷ்..." - பிரியாவும் அவனைப் பாராட்டினாள். "உன் புராஜக்டுக்கு நாகமாணிக்கம் இல்லாமலேகூட தங்கப்பதக்கம் கிடைக்க வாய்ப்பு இருக்கிறதா நான் நினைக்கிறேன்" என்றாள்.

"அப்படின்னா?"

"இன்னொரு நல்ல சம்பவத்துக்கு காத்திருப்போம். நடக்குதா பார்ப்போம்."

"அதுவும் சரிதான். ஆனா, உங்க அம்மாவோட ஏவுகணையில் ஒண்ணு, கொஞ்சம் முந்தி பூச்சி மருந்து அடிக்கிறேன்னு சொல்லிகிட்டு என் வீட்டுக்கு வந்து நோட்டம் போட்டுட்டுப் போயிருக்கு. நீ ஜாக்கிரதையா இரு."

"அப்படியா... சரிடா. நீ கொஞ்சம் வேகமா கிளம்பி வா. நான் 'பர்தா'வோடு தயாரா இருக்கேன். நாம் ரெண்டு பேரும் திருப்பதிவரை போயிட்டு வருவோம்."

பிரியா சாதாரணமாக பேசினாள். அவனிடமும் மறுப்பில்லை!

சொன்னது போலவே அரைமணி நேரத்தில் சங்கரானந்த சாமியார், அம்பாரி மாளிகையில் 'லயன்' லட்சுமி முன் பிரசன்னமாகிவிட்டார். கூடவே, அந்த இருவரும்! அவர்கள் சங்கரானந்த சாமிக்கு சீடர்களாகவே ஆகிவிட்டிருந்தனர்.

"என்னம்மா... மகள் காணாம போயிட்டாளா?" - லட்சுமி எதுவும் கூறாமலே சங்கரானந்தம் கேள்வியைக் கேட்டார்.

லட்சுமிக்கு 'திக்'கென்றது!

அத்தியாயம் 

"அதெல்லாம் சித்த ரகசியம். நாக வசிய பூஜை வெற்றி அடைஞ்சா, மாணிக்கக் கல்லை தேடி நாகங்கள் நிறையவே வரும். அப்படி வர்ற நாகங்களுக்கு பால்வார்த்து, அவற்றோட பசியைப் போக்கினா அது ஒரு தோஷ நிவர்த்தி!"

அம்பாரி மாளிகைக்குள் நுழைந்த ஜோரில் சங்கரானந்த சாமிகள் கேட்ட கேள்வி 'லயன்' லட்சுமியை அதிர வைத்தது.

"சாமி... என் மகள் காணோம்ன்னு உங்களுக்கு எப்படி தெரியும்? உங்களைக் கூட்டிகிட்டு வந்த இவங்க சொன்னாங்களா?"

"இவங்க எதுக்கு சொல்லணும்? நான் திருஷ்டாந்தம் உள்ளவன். ஒருத்தர் முகத்தை பார்த்தே மனசுல ஓடுறதை சொல்லிவிடுவேனே?"

"அப்ப சரி சாமி" என்றவள், அனைவரையும் தவிர்த்துவிட்டு, தனி அறைக்குள் அவரை அழைத்துச் சென்றாள்.

"சாமி... என் மகள் இப்படி செய்வாள்ன்னு நான் எதிர்பார்க்கலை" என்று ஆரம்பித்தாள்.

"இப்ப உன் மகள் திரும்பி வரணும். அவ்வளவுதானே?"

"ஆமாம் சாமி... உங்களால அதாவது உங்க திருஷ்டியால அவ எங்க இருக்காள்ன்னு கண்டுபிடிச்சு சொல்ல முடியுமா?"

"அது ஒண்ணும் பெரிய விஷயமில்லை. அதே நேரத்தில், ஒரு பாதியைத்தான் நீ சொல்றே. இன்னொரு பாதியை மறைக்கிறியேம்மா..."

சாமிகள் சரியாக விஷயத்தைப் பிடித்தார்.

"அது... அது..."

"என்ன தயக்கம்? என்வரையில் முழுமையா நம்பினாதான் நான் உதவி செய்வேன். நான் கூலிக்கு மாரடிக்கிற ஆள் இல்லை. எனக்கு பணம் காசு தேவையும் இல்லை."

"அது... அது... சரி சாமி... நான் நேராவே விஷயத்துக்கு வந்துடுறேன். என் மகள் ஒரு விலை உயர்ந்த நாக மாணிக்கக் கல்லையும் எடுத்துக்கிட்டு போய்விட்டதாதான் எனக்கு தோணுது."

"அப்படிச் சொல்லு."

"இதுல எனக்குள்ளே ஒரு குழப்பமும் இருக்கு. மாணிக்கக் கல்லை அவதான் எடுத்துக்கிட்டு போனாளா? இல்லை, அவளையும் மாணிக்கக் கல்லையும் ஒரு சேர யாராவது கடத்திட்டாங்களான்னும் எனக்கு சந்தேகமா இருக்கு."

"அப்படி நீ யாரையாவது சந்தேகப்படுறியா?"

"மாஜி எம்.எல்.ஏ. ராஜதுரை..."

"சரி... விஷயத்தை என்கிட்ட விட்டுடு. நான் உன் மகளை கண்டுபிடிக்கிறேன். உனக்கு தேவையான எல்லா உதவிகளையும் செய்யுறேன். பதிலுக்கு நீ எனக்கு ஒரு உதவி செய்வியா?"

"சொல்லுங்க சாமி... நான் என்ன செய்யணும்?"

"அந்த நாகமாணிக்கத்தை ஒரு மண்டலம் நான் வைச்சிருக்க அனுமதி தரணும். தருவியா?"

"சாமி... ஈ..."

"ஏன் பதறுகிறே? ஒரு மண்டலம்தான்! அதாவது 48 நாள். அதன்பிறகு நான் அதை திருப்பிக் கொடுத்திடுவேன்."

"உங்களுக்கு அது எதுக்கு சாமி?"

"நான் ஒரு பூஜையை செய்ய விரும்புறேன். அதுல நாக வசிய பூஜன்னு ஒண்ணு உண்டு. அந்த பூஜைக்கு நாகமாணிக்கம் அவசியம் தேவை."

"நான் கேள்விப்பட்டதே இல்லையே?"

"அதெல்லாம் சித்த ரகசியம்... நாக வசிய பூஜை வெற்றி அடைஞ்சா மாணிக்கக்கல்லை தேடி நாகங்கள் நிறையவே வரும். அப்படி வர்ற நாகங்களுக்கு பால்வார்த்து, அவற்றோட பசியை ஆத்தினா அது ஒரு தோஷ நிவர்த்தி. அதோடு, அந்த மாதிரி சந்தர்ப்பங்களில் இச்சாதாரி நாகங்களை தரிசிக்கிற வாய்ப்பும் கிடைக்கும்."

"இச்சாதாரி நாகங்களா...? நான் கதையிலதான் படிச்சிருக்கேன்."

"வாழ்க்கைதானே கதையாகுது..."

"அப்ப இச்சாதாரி நாகமெல்லாம் உண்மையா?"

"உனக்கு எதுக்கு சந்தேகம்? அந்த பூஜையை நான் செய்யும்போது நீ கூடவே இருக்கலாம். கண்ணால் பார்த்து தெரிஞ்சுக்கோ."

"சாமி... நீங்க சொல்லுற விஷயங்கள் எல்லாம் ஒருபக்கம் இருக்கட்டும். என் மகளை கொஞ்சம் கண்டுபிடியுங்களேன். அவ நல்லா இருக்காளான்னு தெரிஞ்சாகூட போதும்... அவளுக்கு என்னவோ ஏதோன்னு என் மனசு கிடந்து துடிக்குது..."

லட்சுமி, சாமியாரிடம் கெஞ்சிய போது அவளது செல்போனில் அழைப்பொலி!

"ஒரு நிமிடம் சாமி..." என்றபடி சற்று ஒதுங்கியவள் காதில் துப்பறியும் நிபுணர் ஒருவர் நுழைந்தார்.

"மேடம்... உங்க மகளை கண்டுபிடிச்சிட்டேன்!"

"அப்படியா... இப்ப எங்க அவ?"

லட்சுமியிடம் துடி துடிப்பு.

"அவங்களும், அவங்க காதலனுமா காரில் திருப்பதிக்கு போய்க்கிட்டு இருக்காங்க."

"என்னது... திருப்பதிக்கா?"

"ஆமாம் மேடம்... அந்த கார் டிரைவரே எங்க ஆள்தான்!"

"அப்ப அவரை இங்கே கூட்டிட்டு வரச்சொல்."

"அது எப்படி மேடம் முடியும்? நீங்கதான் வழியில அவங்களைப் போய் சந்திக்கணும்."

"நான் சொல்ற மாதிரி செய்யுய்யா. காரை எங்கேயும் நிறுத்தாம அம்பாரி மாளிகைக்கு விடச்சொல். உன் டிரைவர்கிட்ட நான் உடனடியாக பேசியாகணும்."

"மேடம்..."

"நான் சொன்னதைச் செய்."

"சரிங்க மேடம்... ஒரு அஞ்சு நிமிடத்துல உங்களைக் கூப்பிடுறேன். என் டிரைவரை நான் காரை திருப்பிகிட்டு வரச்சொல்லிடுவேன். ஆனா, உங்க மகளும், அவங்க காதலனும், ஓடுற கார்ல இருந்து குதிச்சுட்டா அப்புறம் என்னை நீங்க எதுவும் சொல்லக்கூடாது."

"சரி... நான் இப்ப உன்கூட வர்றேன். நாம இப்ப அவங்களைப் போய் மடக்கிறோம். சரியா?"

"இது ஒருவிதத்துல சரியான முடிவு மேடம்."

"சரி... உடனே வா... நாம் கிளம்புவோம்."

செல்போனை முடக்கிவிட்டு, திரும்பி வந்தாள். லட்சுமியைப் பொறுத்தவரை சாமியார் இப்போது வேண்டாத ஒருவராகத் தெரிந்தார்.

"சாமி..."

"என்னம்மா... மக கிடைச்சிட்டாளா?"

"ஆமாம்... நான் துப்பறியும் நிபுணர்களிடமும் சொல்லி இருந்தேன். அவங்களே கண்டுபிடிச்சிட்டாங்க."

"அப்ப நான் கிளம்புறேன்."

"நல்லது சாமி... உங்களை தொந்தரவு பண்ணிட்டேன்..."

"பரவாயில்ல... அதே நேரம் இன்னொருமுறை என் உதவி தேவைப்பட்டா என் கோரிக்கைக்கு சம்மதிக்கிறதா இருந்தா மட்டும் என்னைக் கூப்பிடும்மா."

"அதை பத்தி அப்புறம் பார்த்துக்காலம் சாமி. இந்தத் தடவை நான் என் மகளை கட்டுப்பாடு இல்லாமல் விட்டாத்தானே?"

லட்சுமி குரலில் ஒரு தனி தெம்பு தெரிந்தது. சாமியார் எதுவும் கூறாமல் மர்மமாய் புன்னகைத்தபடியே திரும்பத் தொடங்கினார்.

லட்சுமியையும் அது உறுத்தத்தான் செய்தது.

கம்பக்குடி ஜமீன் கைலாசநாதன் ரமேஷை போட்டு கலக்கிக்கொண்டு இருந்தார்.

"என்ன ரமேஷ் நீ... எப்படி அந்த லட்சுமி பேச்சுல உனக்கு சந்தேகம்னு ஒண்ணு வந்துடிச்சோ, அப்பவே அதை முழுமையா தீர்த்துக்கிற வழியைப் பாரு."

"அதான் எப்படின்னு யோசிக்கிறேன்."

"என்னத்த யோசிக்க... இப்பவே கிளம்பிப் போ. நான் கொஞ்சம் பிரியாகூட பேசணும்னு சொல்லி போன் நம்பர் கேளு. அப்படியே இன்னும் இரண்டு நாள்ல நல்ல முகூர்த்தம் வருது. அன்னிக்கு நம்ம கல்யாணம்னு அவகிட்டே சொல்லு. அவ முகபாவனையைக் கூர்ந்து கவனி."

"கல்யாணம் பத்தி எல்லாம் நான் பேசுறது நல்லா இருக்காது. என்னோட அம்மச்சி, அத்தைன்னு உரியவங்க போய் பேசட்டும்."

"சரி... அப்படிதான் செய். எனக்கென்னவோ அந்தப் பொண்ணு கழுத்துல நீ தாலி கட்டுவேன்னு தோணலை..."

"ஏன் மாமா உங்களுக்கு இவ்வளவு அவநம்பிக்கை?"

"நீ சொன்னது... நான் கேள்விப்பட்டதுன்னு எல்லாவற்றையும் கூட்டிக்கழிச்சு பார்த்தா அப்படித்தான் நினைக்க வேண்டி இருக்கு."

"அப்படி என்ன கேள்விப்பட்டீங்க?"

"அந்தப் பொண்ணு ஒருத்தனை காதலிக்கிறா, ரமேஷ்..."

"உங்களுக்கு யார் சொன்னது?"

"இதெல்லாம் வேண்டாத கேள்வி? நான் சொல்றதைக் கேள். உன் தாத்தா, மாணிக்கத்தை வச்சி லட்சுமியை மடக்கி இருக்கார். அதுக்கு அந்த மாணிக்கக் கல்லை தூண்டிலா போட்டுருக்காரு..."

"அதுதான் தெரிஞ்ச விஷயமாச்சே மாமா... இப்ப அதை எதுக்கு சொல்லிக்கிட்டு?"

"எதுக்கு சொல்லிக்கிட்டா... அந்தப் பெண்ணை நீ கட்டியே தீரணும். லட்சுமியோட அவ்வளவு சொத்தும் உனக்கு வந்தாகணும்."

"நான் அவங்க மாப்பிள்ளையானா அப்படித்தானே நடக்கும்?"

"ஆனாதானே?"

"திரும்பவும் சந்தேகமா?"

"சந்தேகம் இல்லை... நான் அடிச்சு சொல்றேன். அந்தப் பொண்ணு மனசுல நீ இல்லை."

"சரி... இப்ப என்னதான் பண்ணச் சொல்றீங்க?"

"மாணிக்கக்கல்லை திரும்ப கேளு, ரமேஷ். அது என்ன நாலாணா எட்டணா சமாசாரமா... விட்டுக்கொடுக்க?"

"என்ன மாமா நீங்க... நான் அதை விடுவேனா?"

"விட்டுக்கிட்டே இருக்கே... ஆனா, உனக்கு தெரியலை."

"சரி... நீங்களும் என்கூட வாங்க. ரெண்டுல ஒண்ணு பார்த்துடுவோம்."

"நான் வர்றது இருக்கட்டும். எனக்கு நீ ஒரு காரியம் பண்ணியே தீரணும்."

"தெரியும். அந்த கல் உங்களுக்கு விலைக்கு வேணும் அவ்வளவுதானே?"

"விலைக்கு தந்தாலும் சரி... எனக்கு ஒரு தங்கச்சி இருக்கு, அதை கட்டிகிட்டாலும் சரி..."

கைலாசநாதன் அப்படிச் சொன்ன நொடி, ரமேஷிடம் ஒரு குபீர் திகைப்பு!

"மாமா..."

"இதோ பாரு... நான் மனசாரத்தான் சொல்றேன். உங்க தாத்தாவுக்குத்தான் எங்க ஜமீன்மேல எப்பவும் நல்ல அபிப்ராயம் இல்லை. அதான் என் தங்கச்சி இருக்கும்போதே லட்சுமி மகளுக்கு உன்னை பேசினார். நானும், அவர் உயிரோடு இருந்தவரை இந்த விஷயத்துல எதுவும் பேச முடியலை..."

"மாமா... அந்த கல்லுமேல உங்களுக்கு அப்படி ஒரு மதிப்பா?"

"கல்லோடு எங்க வீட்டு மாப்பிள்ளையா நீ வந்துடு. அப்புறம் தெரியும் அதோட சக்தி."

"அப்ப சரி... எனக்கும் லட்சுமியோட பொண்ணுமேல பெரிய ஈர்ப்பு கிடையாது. அதுவும் ஒரு படிச்ச குதிரை. அதனால கல்லை திருப்பிக் கொடுத்துடு ஆத்தா... கல்யாணமும் வேண்டாம், ஒரு மண்ணும் வேண்டாம்னே சொல்லிடுறேன்."

"ஆகா... அற்புதமான முடிவு. ஆனா, இதுல நீ உறுதியா இருக்கணும்... இருப்பியா?"

"எனக்கு ஒண்ணும் இல்லை. ஆனா, தாத்தாவோட கடைசி ஆசையை நான் நிறைவேத்தாம போயிட்டா கெட்டபேர் வருமோன்னு பார்க்கிறேன்."

"நீ எங்க நிறைவேத்தாம போனே? அந்த பொண்ணுதான் கூட படிச்சவனை காதலிச்சு, உன்னை வேண்டாம்னு சொல்லிட்டா. பழி அந்தப் பொண்ணுமேலதான் விழும். நீ கவலையேப்படாதே ரமேஷ்."

"என்னமோ... அந்தப் பொண்ணுகூடவே இருந்து பார்த்த மாதிரி பேசுறீங்க மாமா?"

"அப்படித்தான் வைச்சுக்கோயேன்..." - பேச்சோடு கண்சிமிட்டினார், கைலாசநாதன்.

"சரிங்க மாமா... கிளம்புங்க. உண்மை - பொய்யை ஒரு கை பார்த்துடுவோம்" - ரமேஷ் அப்போதே அவரோடு லட்சுமியை சந்திக்க கிளம்பிவிட்டான்.

அவனுக்கு மிகப் பிடித்த இரும்புக் குதிரை போன்ற காரில் கைலாசநாதனுடன் அம்பாரி மாளிகைக்கு வந்தபோது, அப்போதுதான் லட்சுமி, பிரியாவை மடக்குவதற்காக துப்பறியும் நிபுணருடன் வெளியேறி இருந்தாள்.

சிட்டிபாபு, ரமேஷை உட்கார வைத்து தாங்கு தாங்கு என்று தாங்கத் தொடங்கிவிட்டான்.

"மாப்பிள்ளை சார்... இப்பதான் அம்மா ஒரு அவசர வேலையா வெளியே போனாங்க. ஏதாவது முக்கிய விஷயமா?"

"ஆமா... அவங்களை பார்க்கத்தான் வந்தேன்."

"போன் போட்டு தரேன்... பேசுறீங்களா?"

"இல்ல... வேண்டாம். நான் நேரிலேயே பேசிக்கிறேன். ஆமா, எப்ப வருவாங்க?"

"அது தெரியாது."

"உதவியாளர் நீ கூட போகலையா?"

"நான்தானே உங்களை மாதிரி வர்றவங்க போறவங்களைப் பார்த்துக்கணும்."

"சரி... அவங்க வந்த மறுநிமிடம் எனக்கு போன் பண்ணு. நான் வந்து பார்க்கிறேன்."

ரமேசும், கைலாசநாதனும் ஏமாற்றத்துடன் காரில் ஏறிக் கிளம்பினர்.

அம்பாரி மாளிகைக்கு வெளியே சாலை ஓரமாக தள்ளுவண்டிக் கடை போட்ட ஒருவன், கார் அவனைக் கடக்கவும் தன்வசம் இருந்த செல்போனில் தொடர்பு கொண்டவனாக "அண்ணே...

எல்லா ஏற்பாடும் தடபுடலா நடக்கிற மாதிரிதான் தெரியுது. நல்லமணி அய்யா பேரன்கூட வந்துட்டு இப்பதான் போறான்" என்றான்.

"அவன் முழுசா வீட்டுக்கு போய் சேரக்கூடாதுடா... தூக்கிடுங்க..." – கட்டளையிட்ட குரல், மாஜி எம்.எல்.ஏ. ராஜதுரையுடையது.

"அண்ணே..."

"பொண்ணு காணோம்னு படம் காட்டிகிட்டு கல்யாண ஏற்பாட்டை ஒருபக்கம் பண்ணிகிட்டு இருக்கா, அந்த லட்சுமி. அந்தப் பையனை இப்ப விட்டா அப்புறம் போட முடியாது... என்மேல லாரியை ஏத்தப் பார்த்த மாதிரியே அவன் மேலேயும்..."

"சரிங்கண்ணே... அரை மணி நேரத்துல அவன் காலின்னு தகவல் வரும்ணே..."

அவன் போனை முடக்கிவிட்டு, சொன்னபடி செய்ய தயாரானான்.

அத்தியாயம் 

"போதும் ராஜதுரை... கொலை பாவம் பத்தி உனக்கு தெரியலை. ஏழு ஜென்மத்துக்கு அது தொடர்ந்து வந்து கணக்கு தீர்க்கும். ஏழு ஜென்மத்துக்கும் நீ ஒரு உயிரை அநியாயமா பறிகொடுத்துட்டு, துக்கம் தாளாம அதை நினைச்சே வாடுவே!"

எண்ணெயில் மெழுகியது போல் இருந்த தார்ச்சாலையில் ஓடியது போதும் என்று அந்த கார், ஓர் ஓரமாக நிற்கத் தொடங்கியது. அதனுள்தான் பிரியாவும், அர்ஜுனும் அமர்ந்திருந்தனர். கார் நிற்கவும், பிரியா கேட்டாள்.

"டிரைவர் ஏன் காரை ஓரம்கட்டுறே?"

"கிளச் பிளேட் பழுதடைஞ்சு இருக்கு மேடம்..."

"இல்லீயே... வண்டி நல்லாத்தானே போய்க்கிட்டு இருக்கு?"

"வண்டி ஓட்டுற எனக்குல்ல மேடம் தெரியும்."

அவன் பதிலில் சன்னமாய் ஓர் அலட்சியமும்கூட! பிரியாவின் கூரிய புத்தி அதை அந்த நொடியே புரிந்து கொண்டுவிட்டது. அவனும் காரைவிட்டு இறங்கி, 'பானட்'டை திறந்து கொண்டு உள்ளே பழுது பார்ப்பது போல நடிக்கத் தொடங்கினான். சாலையில் மற்ற வாகனங்கள், துப்பாக்கியில் இருந்து கிளம்பிய தோட்டாக்களாய் சீறிக்கொண்டிருந்தன.

"அர்ஜுன்... எனக்கு இந்த டிரைவர்மேல சந்தேகமா இருக்கு. இவன் வேணும்னே காரின் வேகத்தை குறைச்சி ஓட்டுறான்.

நடுவுல நடுவுல யார்கூடவோ போன்ல பேசிட்டு வந்ததைக் கவனிச்சேதானே?"

"ஆமாம் பிரியா... நீ யார்னு தெரிஞ்சு உன் அம்மாகிட்ட போட்டு கொடுத்திருப்பானோ?"

"பேசாம இறங்கி நாம வேற ஏதாவது பஸ்சை பிடிச்சு போயிடலாமா?"

"நீ கொஞ்சம் பொறு... நான் இவன்கிட்ட பேசிப் பார்க்கிறேன்."

அர்ஜுனும் பேச்சோடு பேச்சாக காரைவிட்டு இறங்கினான். டிரைவரும் அவன் வருவதைப் பார்த்து நிமிர்ந்தான்.

"என்னய்யா... நிஜமாவே 'ரிப்பேரா?' இல்ல எதாவது டுபாக்கூர் வேலை பார்க்கிறியா?"

"சார்ர்ர்...!"

"என்ன, சார்... மோர்... நீ ஏதோ உள்வேலை பார்க்கிற மாதிரிதான் எனக்குத் தோணுது."

"உள்வேலையா... என்ன சார் நீங்க...? நான் எதுக்கு சார் அதை எல்லாம் பார்க்கணும்?"

"இதோ பார்... நான் ஒண்ணும் கொண்டையில் பூ வெச்சுகிட்டு வரலை. உண்மையைச் சொல். பிரியா யாருன்னு உனக்குத் தெரியும்தானே?"

"சார்ர்ர்..."

"சொல்லுய்யா... இல்லாட்டி இங்கேயே இறங்கி நாங்க வேற வண்டியைப் பிடிச்சுக்கிட்டு கிளம்பிடுவோம்..."

"அது வந்து சார்..."

"எது வந்து... விவரமா சொல்லு... யாருக்காக இங்கே காரை நிறுத்தி இருக்கே?"

"லட்சுமி மேடம் வந்துகிட்டிருக்காங்க சார்...!"

"அடப்பாவி... ஆமா பிரியாவை எப்படி அடையாளம் கண்டுபிடிச்சே? லட்சுமி மேடம் எங்களை தேடிக்கிட்டு இருக்கிறது உனக்கு எப்படி தெரியும்?"

"மேடம் உங்களைக் கண்டுபிடிக்கிற பொறுப்பை பல துப்பறியும் நிபுணர்களிடம் கொடுத்திருக்காங்க. அதுல ஒரு ஏஜெண்டோட உதவியாளன்தான் நான்."

"அவர் எப்படி கண்டுபிடிச்சார்...?"

"நீங்க என்ன சார் பின்லேடனா? உங்களை யதார்த்தமா பார்த்த ஒருத்தர், எங்க துப்பறியும் நிறுவனத்துக்கு தகவல் கொடுத்தாரு. அப்படியே தொட்டுத் தொட்டு வந்து உங்களை நெருங்கினோம். நீங்க அப்ப பார்த்து திருப்பதி போகணும்னு சொல்லவும், எங்களுக்கு வசதியா போச்சு. இன்னும் 10 நிமிடத்துல லட்சுமி மேடம் வந்துடுவாங்க."

"ஏன்ய்யா... இது ஒரு துரோகம்னு உனக்குத் தெரியலியா?"

"சார்... நான் பிள்ளைக்குட்டிக்காரன் எனக்கு சம்பளம் கொடுக்கிறவர் சொல்றதை கேக்கிறதுதான் என் வேலை..."

"சரி... நாங்க இப்ப இங்கே இருந்து ஓடப்போறோம். வந்தா சொல். இந்தத் தடவை அவங்களால மட்டுமில்ல... யாராலேயும் பிடிக்க முடியாதுன்னும் சொல்."

"தப்பா எடுத்துக்காதீங்க சார்... திருப்பதி போய் திருட்டுத்தனமா தாலி கட்டிக்கிறதுக்கு மேடம் கால்ல விழுந்தா நிச்சயம் மன்னிச்சு ஏத்துக்குவாங்க சார்..."

"நாங்க கல்யாணம் பண்ணிக்க போறோம்னு உனக்கு யாருய்யா சொன்னா... முட்டாள்! பிரியா, உடனே காரைவிட்டு இறங்கி வா..."

அர்ஜுன் முகம் சிவக்க சாலை நடுவில் போய் நின்றவனாக ஏதாவது வாகனம் வந்தால் தடுத்து நிறுத்தி அதில் ஏறிக்கொள்ள தயாரானான். அதேபோல் ஒரு காரும் நல்ல வேகத்தில் வந்தபடி

இருந்தது. கை கட்டைவிரலை உயர்த்தி வாய்ப்பு கேட்டவனாக நின்றவன் முன்னே கச்சிதமாக அந்த காரும் தேங்கி நின்றது.

அதன் கண்ணாடிகள் சீரான வேகத்தில் இறங்கிட, உள்ளே 'லயன்' லட்சுமியின் முகம் தெரிந்தது. சங்கிலி பூட்டிய கூலிங்கிளாசை கழட்டியபடியே அர்ஜுனை வெறித்தவள், தாமதமில்லாமல் காரைவிட்டு இறங்கினாள். பிரியாவும், லட்சுமியைப் பார்த்துவிட்டு சற்று பதைத்துப் போனாள்.

"பிரியா...!" - லட்சுமி முந்தினாள். பிரியாவிடம் ஏமாற்றமான முகபாவனை.

"பிரியா... நான் உன் அம்மா வந்திருக்கேன். நீ இப்படி நடந்துக்குவேன்னு நான் கொஞ்சம்கூட எதிர்பார்க்கலை தெரியுமா?"

பிரியா மவுனமாகவே நின்றாள்.

"வாயைத் திறந்து பேசு. இப்படித்தான் என்னை தவிக்கவிடுவியா?"

"....."

"பேசுடி... ஆமா, திருப்பதிக்கு எதுக்கு போறீங்க. திருட்டுத்தனமா கல்யாணம் பண்ணிக்கத்தானே?"

லட்சுமியின் கேள்விக்கு ஆண்மையோடு, "ஆமாம்... சரியா சொன்னீங்க." என்று முன்வந்தான் அர்ஜுன். அவன் பதில், அவள் கன்னத்தில் அறைந்தது போல் இருந்தது.

"நீ வாயை மூடு... நான் உன்கிட்ட பேசலை..."

லட்சுமி அவனை நீ என்று கூறவும், அதுவரை மவுனமாக இருந்த பிரியாவிடம் ஓர் ஆவேசம்.

"அம்மா... அவரை மரியாதை இல்லாம பேசாதே. அவர் என் வருங்கால கணவர்..."

பிரியாவின் பதிலுக்கு ஒரு பதிலைச் சொல்ல லட்சுமி வாயைத் திறந்தபோது, அவள் செல்போனில் அழைப்பொலி.

காதைக் கொடுத்தவள் அப்படியே ஸ்தம்பித்து காரின்மேல் ஓர் ஓரமாக சாய்ந்துவிட்டாள். அதுவரை காருக்கு அந்தப்பக்கம் மவுனமாய் நின்றுகொண்டிருந்த சிட்டிபாபுவும் நெருங்கி வந்து, "என்ன மேடம் ஆச்சு?" என்று கேட்டான்.

அவளும் காற்றுக் குரலில் சொன்னாள்: "மாப்பிள்ளை ரமேஷ்மேல லாரி ஏறிடிச்சாம். அந்த விபத்துல அவர் இறந்துட்டாராம். கூடப்போன கம்பக்குடி ஜமீன்தார் கைலாசநாதனும் செத்துட்டாராம்!"

அவளின் பதில் பிரியாவை மட்டும் ஓர் இறுக்கத்தில் இருந்து விடுவித்தது போல ஆக்கி இருந்தது.

ஆஸ்பத்திரி கட்டிலில் ஒன்றுமே தெரியாதது போல கண்களை மூடிக்கொண்டு படுத்திருந்தார், ராஜதுரை. காவல்துறை உதவி ஆய்வாளர் ஒருவர் வந்து எழுப்பவும், அப்போதுதான் எழுந்திருப்பது போல் எழுந்தார்.

"சார் ஒண்ணும் பிரச்சினை இல்லை! லாரிக்கு 'பிரேக் கட்' ஆயிடிச்சுன்னு முதல் தகவல் அறிக்கை போட்டு டிரைவரையும் 'லாக் - அப்'ல உக்காத்தி வெச்சுட்டுதான் வந்துருக்கேன்."

"யாராவது இது கொலை முயற்சின்னு சந்தேகப்பட்டாங்களா?"

"இந்த நிமிடம்வரை இது விபத்துதான் சார். லாரி டிரைவர் அவ்வளவு தொழில் சுத்தமா காரியம் பண்ணியிருக்கான்."

"சந்தோஷம்... என் சபதத்துல ஒரு பாதி நிறைவேறிடிச்சு. மறுபாதி பாக்கி இருக்கு..."

"லட்சுமி மேடம் விஷயம்தானே சார்?"

"அவளேதான்... அவ இப்ப கதிகலங்கிப் போயிருப்பா."

"நிச்சயமா சார். ஆனா, அந்தம்மாவின் மக வீட்டைவிட்டு ஓடிடிச்சாம் சார்."

"உனக்கு ஓடினது மட்டும்தான் தெரியும். எனக்கு இப்ப அவ எங்கே இருக்கா, என்ன பண்ணிகிட்டு இருக்கான்னு தெரியும்."

"உண்மையிலே பெரிய ஆள் சார் நீங்க."

"என்னை இப்படி ஈவு இரக்கம் இல்லாம படுக்க வைச்சவளை சும்மா விடலாமாய்யா?"

"பார்த்து சார்... கமிஷனர்கிட்ட மேடத்துக்குத்தான் 'பவர்' அதிகம்."

"என்கிட்டேயும் 'பவர்' இருக்குய்யா... பார்க்கிறியா?" - ராஜதுரை கேட்கும்போதே சிரித்தபடி வந்தார், சங்கரானந்த சாமிகள்.

"வாங்க சாமி... உங்களைத்தான் நினைச்சேன். வந்து நிக்கிறீங்க?"

"சாமின்னா நினைச்ச உடனே வரணும்ப்பா."

"சரியா சொன்னீங்க... சாமி இன்னிக்கு என் வாழ்க்கையில் ஒரு மறக்க முடியாத நாள்."

"தெரியும்ப்பா... இருந்தாலும் அவசரப்பட்டுட்டே..."

"என்ன சாமி சொல்றீங்க?"

"இனி சொல்ல என்ன இருக்கு? விதி வலியது. எது எப்ப எப்படி நடக்கணுமோ அப்ப அப்படியே நடந்து முடிஞ்சிடுது. வினை விதைச்சா வினை... தினை விதைச்சா தினை..."

"நீங்க சாமியார் பாருங்க... இப்படித்தான் பேசுவீங்க. ஆனா, நான் உப்பு, காரம்னு சாப்பிட்டு வாழ்ற ஒரு மனுஷன். என்வரையில் நான் யார் வம்புக்கும் போறவனில்லை. அதே நேரம் வந்த வம்பையும் விடமாட்டேன் சாமி."

"போதும் ராஜதுரை... கொலை பாவம் பத்தி உனக்குத் தெரியலை. ஏழு ஜென்மத்துக்கு அது தொடர்ந்து வந்து கணக்கு தீர்க்கும். ஏழு ஜென்மமும் நீ ஒரு உயிரை அநியாயமா பறிகொடுத்துட்டு, அந்தத் துக்கம் தாளாம அதை நினைச்சே வாடுவே."

"எனக்கு இப்ப வாழுறநாள்தான் சாமி கணக்கு. ஜென்மத்தைப் பத்தி எல்லாம் நான் இப்ப எதுக்கு நினைக்கணும்?"

ராஜதுரை சாமியிடம் பதிலுக்கு பதில் பேசிவிட, காவல்துறை உதவி ஆய்வாளர் மெல்ல ஒதுங்கிக் கொள்ளத் தொடங்கினார்.

"சார்... நான் போயிட்டு அப்புறமா வர்றேன்."

"சரிய்யா... அப்பப்ப நிலைமையைப் பத்தி தகவல் கொடுத்துகிட்டே இரு. நரிக்குடி ஜமீனே ஒழிஞ்சு போச்சு. கம்பக்குடிகாரனும் ஒழிஞ்சான்" - ராஜதுரை சிரித்தார்.

காவல்துறை உதவி ஆய்வாளரும் விலக்கிக்கொள்ள, எழுந்து நன்றாக நடந்தே போய் அறைக் கதவை மூடியவர், "சாமி" என்று சங்கரானந்த சாமியாரிடம்தான் ஊன்றினார்.

"என்ன ராஜதுரை... உன் அடுத்த குறி லட்சுமியா?"

"ஆமாம் சாமி. முதல்ல அவகிட்ட இருக்கிற நாகமாணிக்கம் என் கைக்கு வரணும். அப்புறமா அவ மகள் கழுத்துல நான் தாலியைக் கட்டி அவளோட அவ்வளவு ஆஸ்திக்கும் நான் வாரிசாகணும்."

சங்கரானந்த சாமிகள் ராஜதுரையின் ஆசையை ஒரு பேராசையாக உணர்ந்து சிரித்தார்.

"சாமி... இந்த சிரிப்புக்கு அர்த்தம்?"

"நீ ரொம்பவே அவசரப்படுறே."

"சரி... என்னதான் நான் செய்யட்டும்?"

"உனக்கு தோணுறதைச் செய். ஆனா, கொலை பாவம் மட்டும் வேண்டாம்."

"சரி சாமி... இனி நான் யாரை கொல்லப் போறேன்? லட்சுமியைப் போட்டு உலுக்குறதுதான் என் வேலை."

"நல்லாவே உலுக்கு... அவ பதிலடி கொடுத்தா அதையும் வாங்கிக்கோ."

"யுத்தம்னு இறங்கிட்டா காயத்துக்கு பயப்படலாமா சாமி? நீங்களே யோசிச்சு பாருங்க. நான் ரொம்ப நல்ல பிள்ளையா தூது போனவன். என்னை உலகத்தைவிட்டே அனுப்ப பார்த்தானே அந்த ஜமீன்தார் கிழவன்?"

"அப்படி எல்லாம் நடக்கலேன்னா நீ என்னை சந்திச்சிருக்க முடியுமா? இல்ல நான்தான் உன்னை சந்திச்சி இருப்பேனா?"

"விடுங்க சாமி... எனக்கு இப்ப லட்சுமியோட அவ்வளவு சொத்தும் வரணும். அந்தப் பொண்ணையும் நான் கட்டணும். உங்களுக்குத்தான் வசிய மருந்தெல்லாம் பண்ணத் தெரியுமே... தர்றீங்களா?"

ராஜதுரையின் கேள்வி முன் மவுனமாக வெறித்தார், சாமி.

"இப்படி பார்த்தா எப்படி சாமி? என்னைக் கொல்ல நினைச்ச லட்சுமிக்கு மாப்பிள்ளையாகி, அவளை தினம் தினம் உசரோடு கொல்ல நினைக்கிறேன், நான். இதுல என்ன சாமி தப்பு இருக்கு?"

"ஒரு தப்பும் இல்லை. அதுதான் லட்சுமியோட விதின்னா அதை மாத்த யாரால் முடியும்? ஆமா, இவ்வளவுதூரம் என் உதவியை கேக்கிறியே... எனக்கு என்ன வேணும்னு கேக்க மாட்டியா?"

"எனக்கு நல்லா தெரியும் சாமி... உங்களுக்கு அந்த நாகமாணிக்கக் கல்லு வேணும்... அவ்வளவுதானே?"

"பரவாயில்லையே... பளிச்சின்னு சொல்லிட்டியே?"

"லட்சுமியைக் கட்டிப்போட நீங்க மருந்து தாங்க... நான் மாப்பிள்ளையான நிமிடம் அந்த மாணிக்கக்கல் உங்களுக்கு வந்து சேரும்."

சாமியார் சிரித்துக்கொண்டே புறப்படத் தயாரானார்.

"சாமி, மருந்து..."

"அடுத்த தடவை சந்திக்கும் போது கொண்டு வர்றேம்ப்பா."

"சந்தோஷம். உங்களைக் கடைசியா ஒரு கேள்வி கேட்கலாமா?"

"தாராளமா கேளு."

"உங்களுக்கு தெரிஞ்ச வித்தைகளையும், சாகசங்களையும்விட அந்த மாணிக்கக் கல் ஒசத்தியா?"

"ஆமாம்ப்பா" உதடு அழகாக குவிய, சாமியார் சொன்னதில் நல்ல நேர்த்தி.

திருப்பதி.

இந்த ஒரு மலைத்தலத்தில் மட்டும் திருமணம் செய்து கொள்ள குறித்த நாள் இல்லை, கிழமை இல்லை, நேரம் இல்லை. இங்கே ஒவ்வொரு நொடியும் முகூர்த்த நேரம்தான்.

பிரியாவுக்கும், அர்ஜுனுக்கும் சந்ததியிலேயே திருமணம் செய்து வைக்கும் முயற்சியில் அங்கும் இங்குமாய் ஓடிக்கொண்டிருந்தான், சிட்டிபாபு. லட்சுமி மட்டும் எந்தத் தடையும் இன்றி வேகமாய் திருமணம் நடந்தாக வேண்டுமே என்கிற கவலையில் இருந்தாள்.

ரகோஷை போாடுத் தள்ளிய ராஜதுரைக்கு இந்தத் திருமணம் ஓர் அதிர்ச்சி செய்தியாக இருக்க வேண்டும் என்பது லட்சுமியின் திட்டம். அதேவேளை, ரகசியமாக வைத்திருந்து ரமேஷ் கர்மகாரியமெல்லாம் முடிந்தபிறகு தன் மகளுக்கு அர்ஜுனைப் பார்த்து முடித்தது போல ஊர் நினைக்க வேண்டும் என்பது அவள் கணக்கு.

இப்படி ஒர் உள்கணக்கோடுதான் அவள் சம்மதம் தந்திருக்கிறாள் என்பதெல்லாம் பிரியாவுக்கும், அர்ஜுனுக்கும் தெரியாது.

அவர்கள் இருவரும் ரமேஷ் என்கிற தடை விலகவுமே, லட்சுமி சம்மதித்துவிட்டதாகத்தான் நினைத்துக் கொண்டு இருந்தனர்.

அர்ஜுனும் தன் வசம் இருந்த அந்த நாகமாணிக்கத்தை லட்சுமியிடம் சேர்த்துவிட்டான். அது பத்திரமாக வைத்துள்ள பணப்பைக்குள் அடங்கி இருந்தது.

அது இருப்பதால் திட்டமிட்டபடியே எல்லாமே நல்லபடி நடக்கும் என்கிற ஒரு தைரியம் அவளிடம்...

அத்தியாயம் 17

"அரை மணி நேரத்துல அழகர்கோயில் பக்கம் இருந்து ஆஸ்பத்திரிக்கு வந்துட்டாரே... நடந்து வர்றாரா, இல்ல ஓடி வர்றாரா, அதுவும் இல்லை, பறந்து வர்றாரான்னும் தெரியலியே...!"

திருப்பதியிலும் 'லயன்' லட்சுமிக்கு நல்ல செல்வாக்கு! அவளுக்கு பத்மஸ்ரீ விருது கிடைக்கப் போகிறது என்பது அங்கேகூட பல மேல்மட்டங்களுக்கு தெரிந்திருந்தது. அது நன்றாக வேலை செய்தது. அங்கே உள்ள பதிவுத் திருமண அலுவலகத்தில் அவளுக்காக ஐரூராக ஏற்பாடுகள் நிகழ்ந்து கொண்டிருந்தன.

"எங்க குடும்ப ஜோதிடர் என் மகளுக்கு திருப்பதி மாதிரி ஒரு தலத்துலதான் கல்யாணம் நடத்தணும்னு சொல்லிட்டார். அதனாலதான் இங்கே கல்யாணம் பண்ண வந்திருக்கேன். கூடிய சீக்கிரம் ஒரு நல்லநாள் பார்த்து, ஊரைக்கூட்டி 'வரவேற்பு' வைப்பேன்" என்று அங்குள்ள அதிகாரிகளை சமாளித்தபடி இருந்தாள்.

ஆனால், அர்ஜுன் சற்று சங்கடத்தில் இருந்தான்.

இப்படி அவசரகதியில் தனக்கு திருமணம் நடக்கும் என்று அவன் கனவில்கூட நினைத்துப் பார்த்ததில்லை. லட்சுமியின் வேகம் அவனுக்கு ஆச்சரியமாக இருந்தது. அதை பிரியாவிடம்கூட கேட்டான்.

"பிரியா... உங்கம்மா ஏன் இப்படி பறக்கிறாங்க?"

"அதுக்கு சரியான காரணம் இருக்கு அர்ஜுன்..."

"இப்படி நமக்கு கல்யாணம் நடக்கும்னு நான் கனவுலகூட நினைக்கல..."

"நான் மட்டும் நினைச்சேனா என்ன? ஒருவேளை இதுவும் அந்த நாகமாணிக்கத்தின் வேலையோ என்னவோ?"

"ஆமா... உன்னை ஒரு ஜமீன்தார் பையனுக்கு கட்டிவைக்கப் போறதா சொன்னாங்களே... அதுக்காகத்தானே நீயும் வீட்டைவிட்டு வந்தே..."

"இப்ப என்னை எதுவும் கேட்காதே. எனக்கு எதுவும் தெரியாது. நமக்கு கல்யாணம் அவசரமா தேவைப்படுற ஒரு விஷயம். ஆகையால நடக்கட்டும். என்ன சொல்றே?"

"நான் சொல்ல என்ன இருக்கு... என் அப்பா - அம்மாவுக்குகூட தெரியாம கல்யாணம் பண்ணிக்க போறதை நினைச்சாதான் கவலையா இருக்கு..."

"வேணும்னா அவங்களுக்கு தகவல் தந்து விமானத்துல வரவைக்கலாமா?"

"இல்ல... அவங்களுக்கு இந்த நிலைமையை புரிய வைக்கிறதே கஷ்டம்... உங்க அம்மா விருப்பப்படி கல்யாணம் நடக்கட்டும். பிறகு, ஊருக்குப் போய் எல்லாத்தையும் பார்த்துப்போம்."

இருவரும் தங்களுக்குள் ஒரு முடிவுக்கு வந்தனர்.

திருமலையில் முகூர்த்த நேரமெல்லாம் பார்க்கத் தேவையே இல்லை. எப்போதும் லட்சம் பேர் சூழ நிற்கும் மலை, அது.

தாலி கட்டிய அடுத்த நிமிடமே புதுமணத் தம்பதியை திருப்பதி சாமி முன்னால் நிறுத்திவிட, லெட்சுமி மனது துடித்துக் கொண்டிருந்தது. ரவிக்கைக்குள் அடங்கிக் கிடந்த அந்த மாணிக்கக்கல் அவளுக்கு தைரியம் தந்து கொண்டிருந்தது.

அதே நேரம், மதுரையில்...

டாக்டர் வந்து ராஜதுரையை பார்த்துவிட்டு நீங்கள் 'டிஸ்சார்ஜ் ஆகலாம்' என்று கூறும்போது அவரிடம் முதுகு வலிக்கிறது என்று வேண்டுமென்றே பொய் சொல்ல, டாக்டரிடம் ஆச்சரியம்.

"வலி நிக்க ஊசி போடுறேன்... நிக்கலைன்னா 'ஸ்கேன்' பண்ணி பார்த்துடுவோம்" என்று கூறிவிட்டு அவர் விலக, ராஜதுரையின் அடியாட்களில் ஒருவன் ஆச்சரியமாக பார்த்தான்.

"என்னடா பார்க்கிறே?"

"எதுக்குண்ணே குணமாகலைன்னு சொன்னீங்க. எனக்கு புரியலை..."

"நான் இப்பதாண்டா படுத்தே இருக்கணும். என்னதான் கழுக்கமாக நாம் காரியம் பண்ணி இருந்தாலும் நரிக்குடி ஜமீனை சேர்ந்தவர்களையும் ஒண்ணும் சாதாரணமா நினைக்க முடியாது. அந்த ரமேஷ் சாவை சந்தேகப்பட்டு கமிஷனர்வரை போய் இருப்பாங்க. ஏற்கெனவே நானும் லாரி ஏறித்தான் இங்கே கிடக்கிறேன். ஆகையால் அஞ்சும், மூணும் எட்டுன்னு அழகா கணக்கு போட்டு என்கிட்ட போலீஸ் வந்து நிக்கலாம். அப்படி அவங்க வரும்போது எழுந்திரிக்கக்கூட முடியாதபடி நான் கிடந்தாதான் என்மேல போலீசுக்கு கொஞ்சமாவது பரிதாபம் இருக்கும்."

ராஜதுரையின் எச்சரிக்கை உணர்ச்சி, அந்த அடியாட்களை வாய் பிளக்கச் செய்தது.

"அண்ணே... நீங்க எதனால எம்.எல்.ஏ. ஆனீங்க... நான் ஏன் அடியாளாவே இருக்கேன்னு இப்பதாண்ணே புரியுது..." என்று ராஜதுரையைக் கொஞ்சம் புகழ்ந்தான்.

அதே வேளையில் மேலும் இரண்டு பேர் வந்து, 'ரமேஷ் பிணம் அடக்கத்திற்கு தயாராகிக் கொண்டிருக்கிறது. வி.ஐ.பிகள் குவிந்துவிட்டனர்' என்கிற தகவலைக் கூற, ராஜதுரை முகத்தில் ஒரு செருக்கு குறுக்கில் ஓடியது.

"யாரும் பெருசா சந்தேகப்படலைண்ணே... அசலா நடந்த விபத்தாகத்தான் பார்க்கிறாங்க..." என்றும் கூடுதலாக ஒரு

தகவலையும் அவர்கள் கூறினர். ராஜதுரையும் பழிக்குப்பழி வாங்கிவிட்ட உணர்வில் மீசையை நீவிவிட்டுக்கொண்டார். நர்ஸ் ஒருத்தி எட்டிப் பார்க்கும்போது மட்டும் வலிப்பது போல ஒரு முகபாவனையைக் காட்டினார்.

"இவங்க வேற குறுக்க குறுக்க..." என்றும் ஒரு சலிப்பு. நடுநடுவே பார்வை - தலையணைக்கு கீழ் இருக்கும் செல்போன் மேலேயே சென்றது.

"யாருகிட்ட இருந்துண்ணே போனை எதிர்பார்க்கிறீங்க?"

"நம்ம நாகைய்யாகிட்ட இருந்துதான்... லட்சுமி இப்ப எங்கே இருக்கா... என்ன செய்துகிட்டு இருக்காங்கிறது முக்கியமல...?"

"நிச்சயமா... செத்து இருக்கிறது அவ முடிவு செய்த மாப்பிள்ளைல்ல... பத்திரிகைக்கெல்லாம் வேற பெருசா பேட்டி கொடுத்திருக்காளே..."

"அவ நிலைதான் இப்ப ரொம்பவே மோசம். அந்தப் பொண்ணை வேற காணோம்ல?"

"இந்த நேரத்துல சாமியார் இருந்தா சரியா சொல்லிடுவார்ல?"

"அவருக்கும் ஆள் அனுப்பி இருக்கேன்ல..."

"வசிய மருந்தோட வர்றேன்னுட்டு போனவர்... வரணுமே..."

"வருவாருடா... வந்தே தீருவார். அவருக்கும் லட்சுமிதான் இப்ப முக்கியம். எனக்கும் லட்சுமிதான் முக்கியம்."

"பார்த்துண்ணே... 'லயன்' லட்சுமி சாதாரணமான பொம்பளை இல்லை. நீங்க தடுக்குல பாஞ்சா, அவ கோலத்துல பாயுறவ..."

"பாயட்டும்டா... நல்லாவே பாயட்டும். ஒரு ஜமீனையே நான் சாய்ச்சிட்டேன். இவ எந்த மூலைக்கு...?"

ராஜதுரை மூக்கில் அனல்காற்று வெளிப்பட்டு சுட்டது. அவ்வேளையில் சாமியார் அழைத்தார்.

"என்னப்பா ராஜதுரை... என்னைப்பத்தி அங்க பேசிகிட்டு இருக்கிற மாதிரி தெரியுதே?"

அவர் துல்லியமாக கேட்டது ராஜதுரையை கொஞ்சம் அதிரத்தான் வைத்தது.

"ஆ... ஆமாம் சாமி... நான் 'டிஸ்சார்ஜ்' ஆகலை சாமி. படுக்கையில்தான் கிடக்கேன். லட்சுமிதான் எங்க இருக்கா... என்ன பண்ணிக்கிட்டு இருக்காள்ன்னு தெரியலை..."

"இப்ப உனக்கு அது தெரியணுமாக்கும்?"

"என்ன சாமி கேள்வி இது... அவளை வசப்படுத்தி, அவ மகள் கழுத்துல நான் தாலி கட்டணும். மாப்பிள்ளையா அவளை ஆட்டி வைக்கணும். நான் இப்படி படுத்துக்கிடக்க அவளும் ஒரு காரணம்."

"யாரும் காரணம் இல்ல... உன் விதிதான் உன்னை படுக்க வெச்சிருக்கு... போகட்டும், உனக்குத்தான் வசிய மருந்து செய்துகிட்டு இருக்கேன். அதோடு கொஞ்சநேரத்துல அங்கே வந்துடுவேன். அதுக்கு முந்தி ஒரு பத்து நிமிடம் நான் தியானத்துல உட்கார்ந்தாலும் போதும். லட்சுமி பத்தி நான் ஓரளவு கண்டுபிடிச்சு சொல்லிடுவேன். அவ... அவ மகளை பிடிக்க போயிருக்கா. அது மட்டும் இப்ப உறுதியா தெரியும்."

"அப்ப அவ மக கிடைச்சிட்டாள்ன்னு சொல்லுங்க..."

"கிடைச்சிருப்பா... நீ கொஞ்சம் பொறுமையா இரு."

ராஜதுரையை சாமியார் சமாதானப்படுத்திவிட்டு, பேச்சையும் முடித்துக் கொண்டார்.

ராஜதுரை முகத்தில் அதன் எதிரொலியாக ஒர் ஆழ்ந்த சிந்தனை.

"என்னன்னே பலமான யோசனை?"

"இந்த சாமியார் பெரிய ஆளா இருக்காருடா."

"பெரிய ஆளா இருந்தாதானேன்னே சாமியாரா ஆக முடியும்."

"நான் அந்த அர்த்தத்துல சொல்லலை. நாம் இங்கே அவரைப் பத்தி பேசுறது அவருக்கு அங்கே எப்படியோ தெரியுது."

"அரை மணிநேரத்துல அழகர் கோயில் பக்கம் இருந்து ஆஸ்பத்திரிக்கு வந்துடுறாரே... நடந்து வர்றாரா... இல்ல ஓடி வர்றாரா... அதுவும் இல்லை, பறந்து வர்றாரான்னு தெரியலை. பெரிய மாயாஜாலமா இருக்கே?"

"அசலான சாமிண்ணே அவரு. ஏகப்பட்ட வித்தை தெரிஞ்சவரு. அவரைப் பத்தி வில்லங்கமா எதுவும் நினைச்சிடாதீங்க. அப்புறம் போட்டுத்தாக்கிடப் போறாரு..."

அவர்கள் தங்களுக்குள் பொதுப்படையாக பேசிக் கொண்டபோது, ராஜதுரை ஆவலாக எதிர்பார்த்த அந்த தொலைபேசிச் செய்தியும் வந்தது.

"அண்ணே... லட்சுமி இப்ப திருப்பதியில் இருக்கா! அவ மகளும், அவளோட காதலனும் ஏற்கெனவே திருட்டு கல்யாணம் பண்ணிக்கிற எண்ணத்துல இருந்துருக்காங்க. இந்த நேரத்துல இங்கே நாம ஜமீன்தார் பேரனை போட்டுத்தள்ளவும், அவளும் உடனே கட்சி மாறிட்டா. அவ மகளுக்கு அவ விருப்பப்படியே கல்யாணம் பண்ணி வைச்சு, மதுரைக்கு கூட்டிகிட்டு வர விரும்பற மாதிரி தெரியுது. அப்பதானே உங்களுக்கு ஆப்பு வைச்ச மாதிரி இருக்கும்?"

காதில் விழுந்த செய்தி ராஜதுரையை எழுந்து உட்கார வைத்தது. நகம் கடிக்கவும்விட்டது. அடுத்த நொடியே சாமியாரை அழைத்தான்.

"சாமி... விஷயம் கைமீறி போய்கிட்டு இருக்கு. லட்சுமி, தன் மகளுக்கு திருப்பதியில் கல்யாணம் முடிக்கப் போறாளாம். எனக்கு தகவல் வந்தது!"

"அப்படியா... அப்ப அவ மகளை உன்னால் கட்டிக்க முடியாம போயிடுமோ?"

"என்ன சாமி கேள்வி இது? நீங்கதான் இப்ப அந்தக் கல்யாணம் நடந்துடாதபடி ஏதாவது செய்யணும்."

"அது எப்படிப்பா முடியும்? நான் இருக்கிறதோ கோம்பை மலையில். அவ இருக்கிறதோ திருப்பதி மலையில்."

"போதும் சாமி, என்னை ஆழம் பார்க்காதீங்க. நீங்க மனசு வைச்சா முடியும்."

"அவகிட்ட நாகமாணிக்கக் கல் இருக்கிறவரை யார் எது செய்தாலும் அவளுக்கு சாதகமாத்தான் முடியும். இதை நீ புரிஞ்சுக்கோ."

"சாமி, இப்ப பார்த்து காலை வாருறீங்களே?"

"உள்ளதை சொல்றேன். அவ மனசு வைச்சா நீகூட சிக்கிக்கலாம். ஆனா, அவளை உன்னால் ஒண்ணும் பண்ண முடியாது."

"என்ன சாமி பயமுறுத்துறீங்க?"

"பயமுறுத்தல... உள்ளதை சொல்றேன். எச்சரிக்கையா இரு. உனக்கு இனி வசிய மருந்தும் தேவை இல்லைன்னு நினைக்கிறேன். சரிதானே?"

"சாமி ஈ... ஈ..."

"ஊகூம்... இனி லட்சுமிதான் சாமி. அவ உன்னை அழிக்க நினைச்சா யாராலேயும் ஒண்ணும் பண்ண முடியாது. ஏன்னா, அந்த நாக மாணிக்கக்கல்! புத்திசாலித்தனமா நடந்துக்கோ. பழி உணர்ச்சியில் திரும்பத் திரும்ப தப்புப்பண்ணிடாதே!"

சாமியார் அவனை உற்சாகப்படுத்துவதற்கு பதிலாக பயமுறுத்திவிட்டு, பேச்சை முடித்தார்.

ராஜதுரைக்கும் அவருக்கு போன் செய்ததே தவறோ என்று தோன்றிற்று.

சாமியார் அவருக்கு சரியபான ஆலோசனைதான் அளித்திருந்தார். அவர் சொன்னது போலவே லட்சுமி செயல்பட்டுக் கொண்டிருந்ததுதான் ஆச்சரியம்!

நரிக்குடி ஜமீன்!

ரமேஷின் சடலம் பண்ணைத் தோட்டத்தில் நல்லமணி சமாதிக்கு அருகில் அடக்கம் செய்ய தயாராகிக் கொண்டிருக்க, ஒரு கூட்டம் லட்சுமி வராததைப் பற்றியும் பேசிக்கொண்டிருந்தது.

அப்போது லட்சுமியிடம் இருந்து தொலைபேசி அழைப்பு. ரமேஷின் அத்தை நாமகிரி என்பவள்தான் போனை எடுத்தாள்.

"யாரு பேசுறது?"

"நான் 'லயன்' லட்சமிதாங்க பேசுறேன். நடக்கக் கூடாதது நடந்துடிச்சு போல இருக்கே?"

"ஆமாம் தாயி... உன் மாப்பிள்ளையாக வேண்டியவன் எமன் மாப்பிள்ளையா போய் சேர்ந்துட்டானே..."

"ஐயோ அம்மா... இது அந்த மாஜி எம்.எல்.ஏ. ராஜதுரை வேலை. அவன்தான் லாரி விபத்து மாதிரி இப்படி செய்தது. திருப்பதி போய்கிட்டு இருந்த எங்க கார்மேலேயும் லாரி மோத இருந்துச்சு. தப்பிப் பிழைச்சது தம்பிரான் புண்ணியம்."

"அடக் கொடுமையே... இது அந்த நாய் வேலையா?"

"ஆமாம்மா... நான் எப்படியும் துக்கம் கேக்க வருவேன்னு தெரிஞ்சு, அப்படி வர்ற வழியில என்னை கொல்ல இன்னும் ரெண்டு லாரிங்க தயாரா இருக்கு. அதான் நான் வரலை. ஆனா, என் மனசெல்லாம் அங்கேதான் இருக்கு."

லட்சுமியின் புத்திசாலித்தனம் பிரமாதமாக வேலை செய்யத் தொடங்கியது.

நாமகிரி அங்கேயே... அப்போதே ராஜதுரைபற்றி ஒப்பாரி வைக்கத் தொடங்கிவிட்டாள்!

அத்தியாயம் 

"ரமேசுக்கு நிச்சயித்த நேரத்துல அர்ஜுன் என்கிறவன் தாலி கட்டிட்டான். என் மக கல்யாணத்தை எப்படியோ நடத்திட்டேன்னுதான் நரிக்குடி ஜமீன்ல எல்லாரும் பேசணும்!"

லட்சுமியின் புத்திசாலித்தனமான பேச்சு நாமகிரியிடம் நன்றாகவே வேலை செய்தது. நாமகிரி அந்த துக்கமான சூழ்நிலைக்கு நடுவில், நெருங்கிய அவ்வளவு உறவினர்களையும் கூப்பிட்டு, லட்சுமி போனில் கூறியதை அப்படியே வார்த்தை பிசகாமல் சொல்லி எல்லோரையும் கலங்கடித்தாள்.

அவள் அப்படி பேசி முடிக்கவும், "நான்கூட சந்தேகப்பட்டேன்" என்றும், "அந்த ராஜதுரை இப்படியா பழிவாங்குவான்?" என்றும் பல மாதிரிகளில் உறவினர்களும் பேச ஆரம்பித்துவிட்டனர்.

மூங்கில்காட்டுக்குள் தீப்பிடித்த மாதிரி செய்தி பற்றி எரியத் தொடங்கியது.

தங்களுக்குள்ளேயே வைத்து பேசிக்கொண்டு அழ, அந்த குடும்பம் என்ன இந்திய நடுத்தட்டு வர்க்கமா என்ன? நாமகிரியே எல்லோரது ஆலோசனையின் பேரில் கமிஷனருக்கு போன் செய்தாள்.

"ஐயா, நான் பிணத்தை இப்போதைக்கு அடக்கம் பண்ணப் போறதில்லை. ஏன்னா, 'லயன்' லட்சுமியம்மாவே நினைக்கிற மாதிரி, நடந்து இருக்கிறது விபத்துங்கிற பேர்ல ஒரு கொலை!" என்று அவள் சொல்லவும், கமிஷனருக்கு நடுங்கியது.

"அம்மா நீங்க பதற்றப்படாதீங்க... நான் டிரைவரை விசாரிக்கிற விதமா விசாரிக்கிறேன்" என்று அவளுக்கு சமாதானம் கூறிவிட்டு, அவரே நேரடி விசாரணைக்கும் தயாராகிவிட்டார்.

விஷயம் ஆஸ்பத்திரியில் ராஜதுரைக்கும் போனது.

"அண்ணே... லட்சுமி பெரிய கெட்டிக்காரிண்ணே! உங்களை லாகவமா சிக்கவெச்சுட்டா. நரிக்குடி ஜமீனே இப்ப உங்களை நினைச்சுதான் குமுறிகிட்டு இருக்கு. ஜமீன்தார் தங்கச்சி, கமிஷனருக்கு புகார் கொடுத்து, கமிஷனரும் டிரைவரை நேரடியாவே விசாரிக்க கிளம்பிட்டாராம்!"

செய்தி ராஜதுரையை உண்மையாலுமே உலுக்கிவிட்டது.

"டேய்... டிரைவர் பல்டி அடிச்சிடமாட்டான்தானே?"

"தெரியாதுண்ணே... எதுக்கும் உதவி கமிஷனரைப் பிடியுங்க. அவர்தான் இந்த சிக்கல்ல இருந்து இப்ப நம்மை காப்பாத்த முடியும்."

ராஜதுரையும் செல்போனில் உதவி கமிஷனரைப் பிடித்தார்.

"என்னய்யா இது புது குழப்பம்? லட்சுமி என்னவோ சொன்னாள்ன்னு கமிஷனரே விஷயத்தில் இறங்கிட்டாராமே?"

"ஆமாங்க... நான்தான் அப்பவே உங்ககிட்ட சொன்னேனே... லட்சுமியம்மாவுக்கும், கமிஷனர்கிட்ட நல்ல செல்வாக்குன்னு..."

"என்னய்யா 'பல்டி' அடிக்கிறே... பார்த்துய்யா... வெண்ணெய் திரண்டு வரும் போது தாழி உடைஞ்சிடப் போகுது..." - ராஜதுரை பதறினார்.

"சாரி சார்... ஒரு அளவுக்குமேல என்னால உதவ முடியாது. இனி எல்லாமே அந்த லாரி டிரைவர் கையில்தான் இருக்கு. அவன் மட்டும் கடைசிவரை உங்களைக் காட்டி கொடுக்காம இருந்தா நீங்க தப்பிச்சீங்க. லட்சுமியம்மா உங்கமேல உள்ள பொறாமையில் ஜமீனை தூண்டிவிட்டாங்கன்னு சொல்லுங்க. விஷயம் அதோடு முடிஞ்சிடும்... இல்லேன்னா..."

உதவி கமிஷனர் இழுத்த இழுப்பில் ராஜதுரை முன்னால் ஒரு தூக்கு கயிறே தோன்றி, அவர் கழுத்தை வளைத்து இழுக்கிற மாதிரி இருந்தது.

செல்போனை முடக்கியவர், அடுத்து சங்கரானந்த சாமியைத்தான் பிடித்தார்.

"சாமி ஈஈ...!"

"என்னப்பா... வசிய மருந்துதானே? தயாராகிக்கிட்டே இருக்குது..."

"இல்ல சாமி... இப்ப கதையே மாறிடிச்சு. அந்த லட்சுமி திருப்பதியில் இருந்துகிட்டே இங்கே எனக்கு மொட்டையடிக்கப் பார்க்கிறா..."

"விஷயத்தை விவரமா சொல்லு..."

"அவ நரிக்குடி ஜமீனையே எனக்கு எதிரா திருப்பிவிட்டுட்டா. அது மட்டுமல்ல... அவளும், அவ மகளும் திருப்பதியில் இருந்து, இங்கே வந்தா, நான் அவங்கமேலேயும் லாரியை ஏத்தி கொலை செய்துடுவேன்கிற அளவுக்கு பீதியைக் கிளப்பிவிட்டிருக்கா..."

"புத்திசாலி பொம்பளை... நாகமாணிக்கம் வேற அவகிட்ட இருக்கிறதால அவ நினைக்கிற மாதிரியேதான் எல்லாமும் நடக்கும்."

"சாமி ஈஈ...!"

"கத்தாதே... நான்தான் ஆரம்பத்துல இருந்தே கொலை பாதகம் உனக்கு ஆகாதுன்னு சொல்லிகிட்டே இருக்கேனே?"

"சாமி... போலீஸ் உதவி கமிஷனர்கிட்டே இப்பதான் பேசினேன். எல்லாம் டிரைவர் கையிலதான் இருக்கு, என் கையில் எதுவும் இல்லேன்னு அவர் சொல்லிட்டார். நீங்களும் கைவிட்டுறாதீங்க... நான் அவங்களால பாதிக்கப்பட்டவன்..."

"சரி, என்னை என்ன செய்யச் சொல்றே?"

"அந்த டிரைவர் உண்மையைச் சொல்லக்கூடாது. அவன் வாயைக் கட்ட வேண்டியது உங்க பொறுப்பு."

"சரி... உனக்காக செய்யுறேன். ஆனா, ஒண்ணு! நான் ஸ்டேஷனுக்கு போய் அவனைப் பார்க்கணும். பார்த்தாத்தான் அவனை என் பார்வையால் நான் கட்ட முடியும். அப்படி நான் பார்க்கிறதுக்குள் அவன் உண்மையைச் சொல்லிட்டா என்மேல் வருத்தப்படாதே."

"சாமி... நீங்களும் புரண்டு பேசுறீங்களே?"

"என்னை என்ன பண்ணச் சொல்றே? வலுவா எதிரிகூடல்ல மோதிகிட்டு இருக்கே? அதுலேயும் துளிகூட தோல்வியைத் தராத நாகமாணிக்கம் உள்ள எதிரின்னா சும்மாவா?"

சங்கரானந்த சாமிகள் ராஜதுரையின் வயிற்றில் புளியைக் கரைத்தார்.

"சாமி, போதும் சாமி... பேசிகிட்டு இருக்காதீங்க. உடனே கிளம்புங்க... எனக்கு இப்பவே படபடன்னு வருது..."

"சரிப்பா... நீ அமைதியா இரு. நடக்கிறதுதான் நடக்கும். நானும் எவ்வளவு வேகமா போலீஸ் நிலையத்துக்கு போக முடியுமோ அவ்வளவு வேகமாக போய்ப் பார்த்துட்டு, உனக்கும் தகவல் தர்றேன்..."

"நல்லது சாமி... முதல்ல கிளம்புங்க..."

ராஜதுரை அப்படி இதுவரை படபடத்து, அவரது சகாக்கள்கூட பார்த்ததில்லை.

விக்கித்துப் போய் நின்றனர்.

மாலையும், கழுத்துமாய் நின்று கொண்டிருந்தனர், பிரியாவும், அர்ஜுனும்!

இடம், திருப்பதி பதிவாளர் அலுவலகம்! அத்தனை நெருக்கடியிலும், மேல் திருப்பதியில் இருந்து ஒரு பிரதான

ஜோசியர் நல்ல நேரம் குறித்து கொடுக்க, அந்த நேரத்தை தொட சில நொடிகளே இருந்தன.

லட்சுமி கைக்கடிகாரத்தில் அந்த நொடி நெருங்கவும், சிக்னல் கொடுத்தாள். பதிவாளர், முன்னிலையில் அர்ஜுன் ஒரு மஞ்சள் கயிறில் உள்ள ஐந்து பவுன் தாலியை பிரியா கழுத்தில் கட்டி முடித்து, பதிவு நோட்டிலும் கையெழுத்து போட்டு முடித்தான்.

சாட்சி கையெழுத்தை சிட்டிபாபுவும், டாக்சி டிரைவரும் போட்டு முடிக்க, பிரியாவும், அர்ஜுனும் லட்சுமி காலில் விழுந்தனர்.

லட்சுமி மனதுக்குள், "பிரியா... உன்னை நல்லபடியா காப்பாத்திட்டேன்" என்று சொல்லிக்கொண்டே, கண்ணீர் மல்க வாழ்த்தினாள். பின், தனது செல்போன் கேமராவில் அவளே சில புகைப்படங்களை எடுத்துக் கொண்டாள்.

சிட்டிபாபு, அதிகாரியை நன்றாகவே கவனித்துவிட்டு, 'இந்த விஷயம் கொஞ்சநாளைக்கு ரகசியமாகவே இருக்கட்டும்' என்று அவருக்கு வாய்ப்பூட்டுப் போட்டு முடித்தான்.

அடுத்த ஐந்தாவது நிமிடம் அவர்கள் கல்யாணம் நடந்த சுவடே தெரியாதபடி காரில் மலை ஏற தொடங்கி விட்டனர்.

லட்சுமி, காரில் செல்லும்போது லாகவமாகத்தான் இருந்தாள். மதுரை நடப்புகள் அவளுக்கு நேரடி ஒளிபரப்பு போல ஒருவனால் சொல்லப்பட்டுக்கொண்டே இருந்தன.

"மேடம்... நீங்க பத்த வைச்ச நெருப்பு நல்லாவே வேலை செய்யுது. உங்க விஷயமா உடனேயே கமிஷனர் ரொம்ப வேகமாயிட்டாரு. அநேகமா இப்ப லாரி டிரைவரை விசாரணை என்கிற பேரில் பின்னி எடுத்துகிட்டு இருப்பாங்க."

"அந்த டிரைவர் என்ன சொன்னான்கிறது எனக்கு தெரியணும்."

"கட்டாயமா... நானும் இப்ப ஸ்டேஷனுக்கு போய்கிட்டுதான் இருக்கேன். ஆனா, இந்த விஷயத்துல ராஜதுரை அந்த

கோம்பைமலை சாமியார்கிட்ட சரணாகதி அடைஞ்சுட்டதாகவும் தகவல்."

"அந்த சாமியார் என்ன சொன்னாராம்?"

"அது தெரியாது. ஆனா, அவர் ராஜதுரைக்கு நிச்சயம் உதவி செய்வாருன்னுதான் நான் நினைக்கிறேன்."

"அவர் உதவி செய்யக் கூடாது. செய்யவும் மாட்டார். அவரை எப்படி கட்டிப்போடுறதுங்கிறது எனக்கு தெரியும். அதே நேரம், என் மகளுக்கு கல்யாணம் நடந்துடிச்சிங்கிற விஷயத்தை யாராவது போய் ராஜதுரை காதுல மட்டும் சொல்லுங்க. இந்த செய்திதான் அவனை ரொம்பவே உலுக்கி எடுக்கும்னு நான் நினைக்கிறேன்."

"மேடம்... நிஜமாவே கல்யாணம் ஆயிடிச்சா?"

"ஏன், நம்ப முடியலையா?"

"ஆமாம் மேடம்... இவ்வளவு எளிமையா கல்யாணம் பண்ண எப்படி மேடம் உங்களுக்கு மனசு வந்தது?"

"கல்யாணம்தான் எளிமை. சந்தடியெல்லாம் அடங்கட்டும், தலைக்கு ஆயிரம் ரூபா மதிப்புள்ள பரிசுடன் வரவேற்பு தூள் பறக்கும். அப்ப நான் 'பத்மஸ்ரீ'யாகவும் இருப்பேன்."

"ஆச்சரியம் மேடம்... ஆச்சரியம்..."

"பாராட்டினது போதும். நடக்கிறதைக் கவனமா கவனிச்சு, எனக்கு தகவல் சொல்லிகிட்டே இருங்க. கல்யாண விஷயம் இப்ப வெளியே தெரியறது நல்லது இல்லைன்னு நான் நினைக்கிறேன்."

"ரமேசுக்கு நிச்சயித்த நேரத்துல அர்ஜுன் என்கிறவன் தாலி கட்டிட்டான். என் மக கல்யாணத்தை எப்படியோ நடத்திட்டேனுதான் நரிக்குடி ஜமீன்ல பேசிக்கணும். ரொம்ப முக்கியம், ரமேஷ் இல்லை. அதனாலதான் அர்ஜுனை முடிவு செய்தேன்னு அவங்க நினைக்கணும். அதுக்கு குந்தகம் வந்துடக்கூடாது."

செல்போனை முடக்கிவிட்டு, பின்னால் திரும்பிப் பார்த்தாள். ஒரு தனி 'ஏ.சி.' காரில் அர்ஜுன் – பிரியா வந்து கொண்டிருந்தனர்.

காருக்குள், "பிரியா... ரெண்டு நாள்ல நம்ம வாழ்க்கையில எவ்வளவு திருப்பங்கள்... இல்ல?"

"ஆமாம் அர்ஜுன்... நான் ஆசைப்பட்ட மாதிரி, நீ ஆசைப்பட்ட மாதிரி, அம்மா ஆசைப்பட்ட மாதிரியே எல்லாம் நடந்துடிச்சு. யாராலெல்லாம் பிரச்சினைகள் வரும்னு நான் பயந்தேனோ... அவங்க இப்ப உயிரோடே இல்லை.

நான் வீட்டைவிட்டு தனியாதான் வந்தேன். ஆனா, திரும்பிப் போகும்போது கல்யாணப் பெண்ணா போகப் போறேன். அதை நினைச்சா, எல்லாமே ஒரே மாய மந்திரமாகத்தான் இருக்கு."

"நீ மாய மந்திரம்னு சொல்றே. நான், அதை நாகமாணிக்கம்னு நினைக்கிறேன்."

"அப்ப நீ அதை நம்ப ஆரம்பிச்சிட்டியா?"

"நீயே யோசிச்சுப் பாரு. அதுமட்டும் இல்லைன்னா நீதான் வீட்டைவிட்டு ஓடி வந்துருப்பியா? உங்க அம்மாதான் உன்னை தேடிகிட்டு வந்து இருப்பாங்களா? இல்ல, நம்ம கல்யாணம்தான் நடந்துருக்குமா?"

"ஒரு கோணத்துல நீ சொல்றதும் உண்மைதான். அதேவேளை, அது ஒரு விலைமதிப்பு மிக்க கல்லு... அவ்வளவுதான். இந்த உலகத்துல ரொம்ப அபூர்வமா கிடைக்கிற ஒரு விஷயம்னுகூட சொல்லலாம். ஆனா, அது எப்படி நம்ம வாழ்க்கைக்குள் பாதிப்புகளை உருவாக்க முடியும்கிறதுதான் எனக்கு இன்னமும் புரியவே இல்லை!"

"என்ன பிரியா நீ... அறிவியலுக்கு பேர்போன மேல்நாட்டுலகூட 'ஹாரிபாட்டர்' மாதிரி புத்தகங்கள்தான் நிறைய விக்குது. அவங்களே அறிவியலைவிட அறிவுக்கு புதிரான இந்த மாதிரி விஷயங்களைத்தான் பெருசா நினைக்கிறாங்கன்னு தெரியலியா?"

"ஆமாம்... அப்படித்தான் தோணுது. அதே நேரம், எங்க அம்மா ஒண்ணும் இப்ப ரொம்ப சந்தோஷத்துல இல்லை. எனக்கு அவங்க முதல்ல பார்த்த மாப்பிள்ளையான அந்த கம்பக்குடி இளைய ஜமீன்தார் ரமேஷ், இப்ப உயிரோடு இல்லை. ஆனா, இந்த நாகமாணிக்கம்கிறது அந்த குடும்பத்து சொத்து. அது வந்ததே எனக்காகத்தான்!"

"நீ என்ன சொல்ல வர்றே, பிரியா?"

"எங்க அம்மா இனி அந்த நாகமாணிக்கத்தை என்ன செய்வாங்கன்னு நான் யோசிச்சு பார்க்கிறேன்."

"ஓ... அதை அந்த ஜமீன் குடும்பம் திருப்பிக் கேட்குமா?"

"பின்ன என்ன... சும்மாவா இருப்பாங்க?"

"அடடா! இப்ப இப்படியொரு சிக்கல் இருக்கா?"

"ஆமாம்... அது கையைவிட்டுப் போறதுக்குள் சில நல்ல காரியங்களை முடிச்சிடணும்னுதான் அம்மா நம்ம கல்யாணத்தைப் பண்ணி வச்சிருக்காங்க."

"இருக்கலாம். அதேவேளை, அந்த ஜமீன் குடும்பம் திருப்பிக் கேட்டா, நாக மாணிக்கத்தை கொடுத்துடுறதுதானே மரியாதை."

"பார்ப்போம்... அம்மா என்ன செய்யுறாங்கன்னு."

காருக்குள் இருந்த இருவரும் நாகமாணிக்கம் பற்றி பேசியது போதும் என்பது போல நிறுத்த, பிரியாவின் இடையை உரிமையோடு பற்றி அணைத்தான், அர்ஜுன்.

காரும் வளைவுகளில் மேலேறியபடி இருந்தது. அர்ஜுன் கைகளும் அவசர அவசரமாய்...

✳ ——— ✳

அத்தியாயம் 

"லட்சுமிகிட்ட இனி பேசவேண்டியவன் நான்தான்! ஏன்னா, அந்த கல் உங்ககிட்ட இருந்தா எல்லா காரியங்களிலும் உங்களுக்கு வெற்றி கிடைக்கலாம். ஆனா, அது என்கிட்ட வந்து சேர்ந்தா, நான் அஷ்டமா சித்திகளையும் அடைஞ்சுடுவேன்!"

காருக்குள் அர்ஜுன் கரங்கள் பிரியாவின்மேல் பாம்பு போல ஊர்ந்து விளையாட்டு காட்ட தொடங்கிவிட்டன. பிரியா வெட்கத்தில் நெளிந்தாள். டிரைவர் முன்னால் இருப்பதை ஜாடையில் சுட்டிக்காட்டினாள்.

அர்ஜுன் அதை கண்டுகொள்ளாத மாதிரி திரும்பவும் அவள் இடையை மேயத் தொடங்கினான். நல்லவேளையாக திருமலை உச்சிப் பாகம் வந்துவிட்டது. சில நிமிடங்களில் கீழே இறங்கி, ஏழுமலையயானை தரிசிக்க செல்ல வேண்டும். எனவே, தன் இளமைத் துடிப்பை அர்ஜுன் சிரமப்பட்டு அடக்கிக்கொண்டான்...

முன்னால் சென்ற காருக்குள் இருந்த 'லயன்' லட்சுமியும், ஒரு புதிய முடிவுக்கு வந்திருந்தாள்.

ராஜதுரை போலீசில் மாட்டி கைதாகிவிட்டால், அவளை எதிர்க்கவோ, கேள்வி கேட்கவோ யாரும் இருக்கப் போவதில்லை. ஆனாலும், நரிக்குடி ஜமீனில் நாகமாணிக்கம் பற்றி யாராவது கேட்டால், அவர்களை எப்படி சமாளிப்பது என்பதும் அவளுக்குள் ஒரு சவாலான விஷயமாகவே இருந்தது.

ஒருவகையில் நாக மாணிக்கத்தை ராஜதுரை கொண்டு வருவதற்கு முன்வரை தன் வாழ்க்கை மிகச் சிறப்பாக

இருந்ததாகவே தோன்றியது. அது வந்தபிறகு வெற்றிகள் மட்டும் வரவில்லை. கூடவே, பல திருப்பங்களும் ஏற்பட்டதை எண்ணிப் பார்த்தவள், தன் மார்பின்மேல் ரவிக்கைக்குள் அடங்கிக் கிடந்த அந்த நாகமாணிக்கத்தை ஒரு விநாடி தொட்டுப் பார்த்தாள்.

முன் இருக்கையில் உட்கார்ந்திருந்த சிட்டிபாபுவும், அவள் செய்கையைக் கவனிப்பது தெரியாத மாதிரி கவனித்தான். நடுநடுவே மதுரையில் ராஜதுரை மாட்டிக் கொண்டானா? இல்லையா? என்கிற கவலை வேறு...

போலீஸ் நிலையம்!

கமிஷனர் எதிரில் தலைகுனிந்தபடி நின்று கொண்டிருந்தான், லாரி டிரைவர்.

"உன் பேரு என்னய்யா?"

"முத்தைய்யன்!"

"இந்த விபத்து எப்படி நடந்துச்சு?"

"லாரி திடீர்ன்னு 'பிரேக்' பிடிக்காம போயிடுச்சுங்க."

"அப்ப லாரியை 'செக்' பண்ணினா 'பிரேக்' வயர் துண்டிச்சு இருக்குமா?"

"ஆமாங்க... நீங்கக்கூட பார்த்துக்குங்க!"

"நான் பார்க்கறது இருக்கட்டும். நீதான் பணத்துக்கு ஆசைப்பட்டு, விபத்து பண்ணிட்டேன்னு நான் சொல்றேன்."

"அப்படி இல்லீங்க..."

"இதே பதிலை உண்மையைக் கண்டுபிடிக்கிற பரிசோதனை செய்யும்போதும் நீ சொல்லணும். சொல்லுவியா?"

"தாராளமாங்க. எனக்கு எப்பவும் ஒரே பேச்சுதாங்க."

"இப்ப இப்படி பேசலாம் நீ... ஆனா, உண்மையைக் கண்டறிகிற பரிசோதனையில் உனக்குள் மின்சாரம் பாயும் போது, உன் ஞாபகமே இருக்காது. தெரிஞ்சுக்க..."

கமிஷனர் பொடி வைத்துப் பேசியது அவனை சற்று சிந்திக்க வைத்தது. அதுவரை வேகமாக பதில்களை சொன்னவன் எச்சில் விழுங்கி, மிடறு கட்டினான்.

அப்போது பார்த்து கச்சிதமாக அந்த போலீஸ் நிலைய வாசலுக்கு சங்கரானந்த சாமியும் வந்து சேர்ந்தார்.

அவரை வாசலில் உள்ள போலீசார் உள்ளேவிட மறுக்க, சாமி பதிலுக்கு அவர்களை ஓர் அகன்ற பார்வை மட்டும் பார்த்தார். சில நொடிகளில் அவர்களிடம் எதிர்ப்பு போயே போய்விட்டது.

சாமி தன் தாடியை தடவிக்கொண்டு உள்ளே நுழைந்தார். அந்த நிலையத்தில் ஒரு ஹால், இரு அறைகள். அதில் ஓர் அறை, ஆவண அறையாகவும், எழுத்தர் அறையாகவும், இன்னொன்று 'லாக்அப்' அறையாக இருந்தது.

அதற்கு முன்னால்தான் அந்த லாரி டிரைவர், கையில் விலங்கிடப்பட்ட நிலையில் நிறுத்தப்பட்டு, விசாரணையும் நடந்து கொண்டிருந்தது.

சாமியார் வரவும் எல்லோர் கவனமும் அவர்பக்கம் திரும்பியது டிரைவரும் அவரைப் பார்த்தான். சங்கரானந்த சாமியும் அவனைக் கவனித்தார். அந்த நொடியே அவனுக்குள், 'உன்னை காப்பாற்ற நான் வந்துவிட்டேன்' என்கிற ஒரு குரல் ஒலித்து அடங்கியது.

சாமியாரைப் பார்த்த உடன் கமிஷனர் ஆச்சரியமும், அதிர்ச்சியும் அடைந்தார். இன்ஸ்பெக்டர் பக்கமாய் திரும்பி, 'யார் இவர்?' என்று கண்களாலே கேட்டார்.

"சாமி... என்ன இது? எங்கே வந்தீங்க?" - இன்ஸ்பெக்டர் ஆரம்பித்தார்.

"ஒரு புகார் கொடுக்கலாம்னு வந்தேன்ப்பா..."

"என்ன புகார் சாமி..."

"நான் சிவனேன்னு இருக்கிற ஒரு சந்நியாசி. ஆனா, உங்க போலீஸ்காரங்க அப்ப்ப என்கிட்ட வந்து கஞ்சா இருக்கா, அபின் இருக்கான்னு கேட்டு சங்கடப்படுத்துறாங்க... நான் அந்த மாதிரியான சாமி இல்லேன்னு சொன்னா கேக்கமாட்டேங்கிறாங்க..."

"அதுக்காக புகார் கொடுக்கப் போறீங்களாக்கும்? சரிதான். அப்படி போங்க, இங்கே ஒரு முக்கியமான விசாரணை நடந்துகிட்டு இருக்கு" என்று வாசல் பக்கமாய் கையை காட்டினார், இன்ஸ்பெக்டர்.

சாமியும் மவுனமாய் வெளிப்புறம் போடப்பட்டிருந்த பெஞ்சில் போய் உட்கார்ந்து கொண்டார். அவர் வந்த வேலைதான் முடிந்துவிட்டதே!

உள்ளே டிரைவரும், ஏதோ புதிதாய் ஒரு தெம்பு வந்தவனைப் போல பேச ஆரம்பித்திருந்தான்.

"சார் எனக்கு எந்த பரிசோதனைவேணா வையுங்க. நடந்தது விபத்துதான். நான் தெரிஞ்சு எந்தத் தப்பும் பண்ணலை!"

டிரைவரின் அந்த உறுதியான பதில், உதவி கமிஷனரையும் நிம்மதிப் பெருமூச்சு விடவைத்தது. மெல்ல தனியே ஒதுங்கியவர், மாஜி எம்.எல்.ஏ. ராஜதுரைக்கு போன் போட்டு, டிரைவர் சாதுரியமாக நடப்பதையும், சாமியார் வந்துவிட்டதையும் கூற, ராஜதுரைக்கும் புத்துயிர் வந்தது போல் இருந்தது!

'சாமி... சரியான நேரத்துக்கு எனக்குக் கை கொடுத்துட்டீங்க. உங்களை நான் எப்பவும் மறக்க மாட்டேன் சாமி' என்று தனக்குள் நெகிழ்ந்து கொண்டார்!

மேல் திருப்பதி!

தரிசனத்துக்கோக வரிசையில் நின்று கொண்டிருந்தாள், 'லயன்' லட்சுமி. செல்போன்களை உள்ளே எடுத்துச்செல்ல அனுமதி இல்லாததால், அதை கோருக்குள் வைத்துவிட்டு, சிட்டிபாபுவை அதற்கு காவலாகவும் போட்டிருந்தாள். அந்த செல்போன்

வழியாக புது உற்சாகத்தோடு கச்சிதமாய் குரல் கொடுக்க ஆரம்பித்தார், ராஜதுரை.

"அலோ... 'லயன்' லட்சுமி."

"அம்மா இல்லீங்க... நான் அவங்க பி.ஏ. பேசுறேன்."

"ஓ... 'பி.ஏ.' சிட்டிபாபுதானே?"

"ஆமாங்க சார். இப்ப எப்படி சார் இருக்கு, உங்க உடம்பு?"

"என் உடம்புக்கு என்னய்யா? உங்க அம்மாவை காப்பாத்த காசும், பணமும் இருந்தா எனக்குன்னும் நாலுபேர் இருப்பாங்கல்ல?"

"சரிங்க... எதாவது முக்கியமான விஷயங்களா?"

"ஆமாம்... கூப்பிடு, உங்கம்மாவை."

"அவங்க சாமி கும்பிட போய் இருக்காங்க!"

"அப்படியா? வந்த உடனே சொல்லு, உங்க அம்மா ஏவிவிட்ட அஸ்திரம் புஸ்வாணம் ஆயிடிச்சின்னு... என் டிரைவர் துணிச்சலா நின்னுட்டான். இனி என்னை அசைக்க முடியாது.

அதே நேரம், என்னை சீண்டின நரிக்குடி ஜமீனையே நான் நிர்மூலமாக்கிட்டேன். கூட்டணி அமைச்ச உங்க அம்மாவையும் சும்மா விடமாட்டேன். எங்கே, எப்போ, எப்படி எதைச் செய்வேன்னு தெரியாது. ஆனா, ஒண்ணு! உங்க அம்மா இனி நெஞ்சை நிமிர்த்திக்கிட்டு மதுரையில நவீன மங்கம்மாவாக திரிய முடியாது."

ராஜதுரையின் குரலில் கோபம் கொப்பளித்தது. சிட்டிபாபு அதை கண்டுகொள்ளவில்லை.

"ராஜதுரை சார்... படுத்தபடுக்கைய இருந்துகிட்டே இந்த போடு போடுறீங்களே... நீங்க மட்டும் பழையபடி நடமாட ஆரம்பிச்சுட்டா, எங்க மேடம் உண்மையாலுமே உங்களை நினைச்சாலே பயந்துதான் தீரணும்னு சொல்லுங்க."

"நடமாட ஆரம்பிச்சுட்டா என்ன... நான் இப்ப உன்கூட பேசுறதே படுக்கையைவிட்டு எழுந்து நடமாடிகிட்டுதான்!"

"அட... நிஜமாவா சொல்றீங்க?"

"எப்படியும் மதுரைக்கு வருவேயில்ல... அப்ப நேர்ல வா. உன் எதிர்ல மாடியில் இருந்து குதிச்சே காட்டுறேன்."

"அட என்னங்க நீங்க... உங்களை நான் நம்புறேங்க. நீங்க சொன்ன எல்லா விஷயங்களையும் அம்மாகிட்ட சொல்லிடுறேங்க... ஆனா, என் அறிவுக்கு பட்ட ஒரு விஷயத்தையும் உங்களுக்கு சொல்லிக்கிறேன். அம்மா உங்களை எல்லாம் தூக்கி சாப்பிடுறவங்க. அதனாலதான் தன் மகளுக்கு திருப்பதியில் கல்யாணத்தை முடிச்சிட்டாங்க. இந்த விஷயத்துல உங்க சவால்ல நீங்க தோத்துட்டாகத்தான் நான் நினைக்கிறேன். அதோடு, அம்மா கையில் சக்திவாய்ந்த நாகமாணிக்கம் வேற இருக்கு. நீங்க எவ்வளவு மோதினாலும் அம்மாதான் ஜெயிப்பாங்க. புரிஞ்சிகிட்டு புத்திசாலித்தனமா நடந்துக்கிற வழியைப் பாருங்க."

சிட்டிபாபு சொன்ன விஷயம், ராஜதுரையைக் கொந்தளிக்க வைத்துவிட்டது. கச்சிதமாக சாமியார் வேறு வந்து சேர்ந்தார்.

"சாமி... நல்ல நேரத்துக்கு வந்தீங்க. டிரைவர் வாயை கட்டிட்டீங்கதானே?"

"ம்... எந்த காலத்துலேயும் அவன் இனி உண்மையைச் சொல்லமாட்டான். சொல்லப்போனா, நடந்தது அவனுக்கே ஞாபகத்துல இருக்காது. அவன் கவலையை விடு. அதேநேரம், இனி இந்த மாதிரி உயிரைப் பறிக்கிற பாதகத்துல எல்லாம் இறங்காதே."

"அங்குலத்துக்கு அங்குலம், வார்த்தைக்கு வார்த்தை நீங்க சாமியாருங்கிறதை நிரூபிக்கிறீங்க. என் பக்கத்து நியாயத்தை நினைச்சே பார்க்க மாட்டேங்கிறீங்களே?"

"உன்பக்கம் நியாயம் இருக்கிறதாலதான் உனக்கு நான் உதவி செய்துகிட்டு இருக்கேன். அதை நீ ஞாபகத்துல வைச்சுக்கோ."

"ஒரு ஆபத்துல இருந்து என்னை காப்பாத்திட்டீங்க. ஆனா, 'லயன்' லட்சுமிகிட்ட நான் தோத்துகிட்டே இருக்கேன் சாமி. அவ புத்திசாலித்தனமா தன் மகளுக்கு கல்யாணத்தை திருப்பதியிலே முடிச்சிட்டாளாம்."

"அப்படியா?"

"என்ன சாமி நீங்க... நான் என்ன கதையா சொல்லிக்கிட்டு இருக்கேன். அப்படியாங்கிறீங்க! அவ பி.ஏ. அந்த சொட்டத்தலையன் சிட்டிபாபு என்னடான்னா, 'எங்க அம்மாவை உன்னால் அசைக்க முடியாதுங்கிறான். நாகமாணிக்கக் கல் அவகிட்ட இருக்கிறதால அவளை யாராலேயும் ஜெயிக்க முடியாதுன்னு வேற சொல்றான்."

"அது உன்னால்தானே... இங்க நீ புலம்பிகிட்டு இருக்கே. கல்லை இழந்த ஜமீன் குடும்பத்துல ஒரு உயிருக்கு ரெண்டு உயிர் போயிடிச்சு. உதவிக்கு வந்த கம்பக்குடி ஜமீன்தாரும் இப்ப உயிரோடு இல்லை. அதேவேளை, லட்சுமிக்கு ஒரு சிரமமும் இல்லாம அவ மகள் கல்யாணம் முடிஞ்சு போச்சு.

அவளும் இங்கே நடக்கிற எந்த குழப்பத்துலேயும் சம்பந்தப்படாம திருமலையில் சாமி தரிசனம் பண்ணிகிட்டு இருக்கா. அங்கே இருந்துகிட்டே இங்கே உன்னையும் புலம்பவிட்டுட்டு இருக்கா. யோசிச்சு பார்த்தா அந்த கல்லுக்கு ஒரு சக்தியும் இல்லைன்னு யாராலேயாவது சொல்ல முடியுமா?"

"சாமி... என்ன சாமி நீங்க... பாட்டுக்கு அர்த்தம் சொல்ற மாதிரி, நடந்ததுக்கு தொகுப்புரை தர்றீங்களே?"

"உணர்ச்சிவசப்படாம அமைதியா இரு, ராஜதுரை. இனி நீ எதுவுமே பேசக்கூடாது."

"நான் பேசாம இருக்கிறதா? அவ என்னை மூட்டைப்பூச்சியை நசுக்குகிற மாதிரி நசுக்கிடுவா சாமி."

"கவலைப்படாதே. லட்சுமிகிட்ட இனி பேச வேண்டியவன் நான்தான். ஏன்னா அந்த கல் உங்ககிட்ட இருந்தா எல்லா

காரியங்களிலேயும் உங்களுக்கு வெற்றி கிடைக்கலாம். ஆனா, அது என்கிட்ட வந்து சேர்ந்தா, நான் அஷ்டமாசித்திகளையும் அடைஞ்சுடுவேன்" என்ற சாமியாரின் குரலில் முதல் தடவையாக, சற்று கடுமை. கண்களில் சிவப்பு.

அத்தியாயம் 

"அந்த நாகமாணிக்கத்தை மட்டும் கொடுத்துடுங்க. நூறு கோடி ரூபாய்க்கு இலங்கை வியாபாரி அதை கேட்டுக்கிட்டே இருக்கார். நாகமாணிக்கத்தைத் தூக்கி அவர்கிட்ட கொடுத்து, பணத்தை வாங்கி நான் ராஜதுரையையும் சமாளிக்கிறேன்!"

சுங்கரானந்த சாமிகள் 'இனி நான் பார்த்துக் கொள்கிறேன்' என்று சொன்னதும், சொன்ன அந்த விதமும் ராஜதுரையை நிறையவே யோசிக்க வைத்தன.

தாடையை தடவிக்கொண்டு ஆஸ்பத்திரி வார்டின் மோட்டு வளையைப் பார்த்தவரை அவரது சீடர்களும் ஒரு தினுசாக பார்த்தனர்.

சாமி, 'நான் பார்த்துக் கொள்கிறேன்' என்று சொன்ன கையோடு புறப்பட்டுவிட்டார். வழக்கம் போலவே வந்தது தெரியாத வேகம். ராஜதுரையின் சீடன் ஒருவன் ஜன்னலருகே நின்றுகொண்டு, தொலைவில் தெரிந்த பரபரப்பான சாலை ரவுண்டானாவைப் பார்த்தான். அந்த ரவுண்டானா அருகில் அவர் போவது தெரிந்தது.

மனிதர் காலில் ஏதாவது சக்கரம் இருக்குமோ என்றுகூட தோன்றியது. அந்த சீடன் தலையை சிலுப்பிக் கொண்டான்.

"என்னடா?"

"ஒண்ணுமில்லண்ணே... இந்த சாமியார் எக்ஸ்பிரஸ் ரெயிலுக்கு பிறந்திருப்பார்னு தோணுது. இப்பதான் இங்கே

இருந்து கிளம்பினார். அதுக்குள் ஒரு கிலோமீட்டர் தூரத்தைத் தாண்டிட்டாரு."

"ஆமாண்ணே... அவர் இதுநாள்வரை ரொம்ப இதமாத்தான் பேசிக்கிட்டிருந்தார். இப்ப அவர், 'நான் பார்த்துக்கிறேன்'னு சொன்னப்போ அதுல ஒரு அழுத்தமும்; ஆத்திரமும் தெரிஞ்சிச்சிண்ணே..."

"ஒண்ணு மட்டும் நிச்சயம்... சாமிக்கும் அந்த லட்சுமிக்கும் நடுவுல ஒரு பெரிய யுத்தம் நிச்சயமா இருக்கு... சாமிகிட்ட லட்சுமி பருப்பு எப்படி வேகுதுன்னு பார்ப்போம்..."

"அட போங்கடா... லட்சுமியும், சாமியும் என்னமோ ஆகட்டும். எனக்கு அவ சொத்தும் போச்சு, நாகமாணிக்கமும் போச்சே..."

ராஜதுரையிடம் வருத்தம் ஊற்றுபோல பீறிட்டது.

நரிக்குடி ஜமீன் மாளிகை!

துக்க காரியமெல்லாம் முடிந்து ஒருவித அச்சமூட்டும் அமைதியுடன் இருந்தது. நல்லமணி ஐயா இருந்தவரை அவர் வைத்ததுதான் அங்கே சட்டம்... பத்தடி தள்ளி நின்றுதான் அவரிடம் பேசவேண்டும். மரியாதைக்குரியவர்கள் என்றால், உதட்டுக்கு முன்னால் கையை வைக்கத் தேவையில்லை. அவ்வளவுதான் விஷயம்.

இப்போது அந்த இடத்தில் அவர் சகோதரி நாமகிரிதான் இருந்தாள். செத்துப்போன ரமேஷின் அப்பனும், நல்லமணியின் மகனுமான ஞானமணிசேகரன் பிறக்கும் போதே ஊனமுற்றவர் என்பதாலும், பேச்சு வராததாலும் அவர் பண்ணை வீடு ஒன்றில் வேலைக்காரர்களால் பராமரிக்கப்படுகிறவராகவே இருந்துவிட்டார். ரமேஷ் பிறக்கும்போதே அவன் தாயும் போய்ச் சேர்ந்து, இப்போது அவனும் இல்லை.

மொத்தத்தில் ஆண்வாரிசே இல்லாதபடி ஆகிவிட்டது, அந்தக் குடும்பம். இப்பொழுது நாமகிரிதான் அங்கே எல்லாம்! நாமகிரி இளவயதிலேயே கணவனை இழந்த நிலையில் தன்

மகள்கள் இருவருடன் பிறந்த வீட்டுக்கே வந்துவிட்டாள். மகள்களுக்கு திருமணமாகிவிட்டது. ஆனால், மாப்பிள்ளைகள் சரியாக அமையவில்லை.

அது இப்போது அவளுக்கும் வசதியாகப் போய்விட்டது. அந்த மாளிகை போன்ற வீட்டின் மையத்தில் அவள் மட்டுமே... பங்காளிகளும், உறவுக்காரர்களும் வந்து வந்து துக்கம் கேட்டுவிட்டுப் போனபடியே இருக்க, வக்கீலும் வந்து ஜமீன் சொத்து சம்பந்தமாக பேசக் காத்திருந்தார். எல்லோரும் வந்து போய்விட்ட நிலையில், அவரை அருகே அழைத்தவள், சைகையாலே விவரம் கூறச் சொன்னாள்.

"அம்மா... ஐயா போனபிறகு அவர் சொத்தெல்லாம் தாத்தன் சொத்து பேரனுக்குங்கற கணக்குப்படி, ரமேஷ் தம்பிக்குத்தான் வரவேண்டி இருந்துச்சு. இப்ப தம்பியும் இல்லாம போயிட்டதால், அவ்வளவுக்கும் வாரிசு தோட்டத்து வீட்டுல பேசக்கூட முடியாம கிடக்கிற ஐயோவோட மகன் ஞானமணிக்குதாங்க! அதாவது உங்க அண்ணன்.

நல்லமணி ஐயா சாகறவரை உங்களைப் பத்தியோ, உங்களுக்கு சொத்துல பங்கு கொடுக்கிறது பத்தியோ எதுவுமே சொல்லலை... உங்க கல்யாணத்தின் போதே உங்களுக்கு கொடுக்க வேண்டியதைக் கொடுத்துட்டதால அவர் உங்களைப்பத்தி நினைக்கவேயில்லை..." – வக்கீல் ஈனசுரத்திலதான் பேசினார்.

"இப்ப நான் என்ன உங்ககிட்ட சொத்து பத்து பத்தி ஏதாவது கேட்டேனா...? எனக்கெதுக்குங்க சொத்தும் பத்தும்... எனக்குத்தான் அதுக்கான ராசியே இல்லையே... என் புருஷனும், குடிச்சும் சீட்டாடியும் அதை அழிச்சாரு!"

"அப்படி இல்லம்மா... ஞானமணி அய்யாவுக்கு உடம்பு மனசு ரெண்டுலையும் தெம்பில்லை. அதனால இந்த ஜமீன் இரத்த சம்பந்தத்துல அடுத்து நீங்கதான் நிக்கறீங்க. அவர்கிட்ட கையெழுத்து வாங்கிட்டா உங்களுக்கு 'பவர்' வந்துடும்."

"இப்ப என்ன செய்ய சொல்றீங்க?"

"ஜமீன் நிர்வாகம் நடக்கணும்ல. நீங்க இருக்கிறதால நீங்கதான் பார்த்துக்கணும்..."

"சரி. நான் இருக்கேன்னு என்கிட்ட வந்துட்டடீங்க? நான் இல்லாட்டி...?"

"இல்லாட்டி... இல்லாட்டி..."

"என்ன எச்சி முழுங்கறீங்க... நான் இல்லாட்டி என்ன பண்ணுவீங்க?"

"இப்படி ஒரு கேள்வியைக் கேப்பீங்க... அதுக்கு நான் பதில் சொல்ல வேண்டி வரும்னு நான் கனவுலகூட நினைக்கலங்க..."

"இப்ப நினைச்சு பதில் சொல்லுங்க."

"சொன்னா என்மேல வருத்தப்படக்கூடாது."

"சொல்லுங்க. எதுவா இருந்தாலும் நான் கேட்டுத்தானே தீரணும்."

"அம்மா ஜமீன் சொத்து மதிப்பைவிட அதோட கடன் அதிகம்!" – வக்கீல், எவருக்கும் பெரிதாய் வெளியில் தெரியாத அந்த ரகசியத்தை மெல்லத்தான் தொட்டார்.

நாமகிரியும் அதைக்கேட்டு அலட்சியமாக சிரித்தவளாக, "அதுக்கு இப்ப என்ன?" என்றாள்.

"நீங்க எனக்கு என்னன்னு கையை உதறிட்டா அவ்வளவு சொத்தும் கடனுக்கே சரியாப் போயிடும்..."

"அதனால்...?"

"ஏதாவது பண்ணி சொத்தைக் காப்பாத்தப்பாருங்க..."

"எனக்கு எந்த உரிமையும் இல்லாத சொத்தை நான் காப்பாத்தணுமா?"

"ரமேஷ் உயிரோடு இருந்திருந்தா இந்த கேள்விக்கே இடமில்லை. அவரை லட்சுமியம்மா மாப்பிள்ளையாக்கி, லட்சுமி

அம்மாவை வைச்சே அவ்வளவு கடனையும் அடைக்க பெரியவர் திட்டம் போட்டிருந்தார்."

"அதெல்லாம்தான் ஒண்ணுமில்லாம போச்சே..."

"அப்ப சொத்து அவ்வளவும் கடனுக்கு ஈடா கொடுத்துடலாமா? கடன் கொடுத்த 'பார்ட்டி'க்கும் நான்தான் வக்கீல்."

"அப்ப ஒரு முடிவோடுதான் வந்திருக்கீங்க?"

"என்னம்மா பண்ண. என் கடமைய நான் செய்துதானே தீரணும்?"

"ஒரு வாரம்வரைப் பொறுங்க. நான் இப்ப வேறு ஒரு கணக்கு போட்டுகிட்டு இருக்கேன். நான் ஒண்ணு நினைச்சிருந்தேன். ஆனா என்னென்னவோ நடந்துடுச்சி... பரவாயில்ல!"

"சரிங்கம்மா... ஆனா, வெட்டு ஒண்ணு துண்டு ரெண்டுன்னு சொல்லிறேங்க. ஜமீனுக்கு கடன் இருக்கிற விஷயம் வெளியே தெரியாது. பேங்க்ல வாங்கினாகூட கவுரவமா இருக்காதுன்னு காதும் காதும் வெச்ச மாதிரி பெரியவர் என் 'கிளையண்டு'ங்க இரண்டு பேர்கிட்ட வாங்கி இருந்தாரு. வட்டியும் முதலுமா பதினேழரை கோடி ரூபாய் வந்துடிச்சி..."

"இதுதான் நேரமுன்னு தொகையைச் சொல்லி என்னை மிரட்டாதீங்க. ஜமீன் கடன்பட்ட விஷயம் கடைசிவரை ரகசியமாகவே இருக்கணும். ஞாபகம் இருக்கட்டும்."

"நீங்க சொன்ன ஒரு வாரம்வரை நான் மூச்சுவிடமாட்டேன்."

வக்கீல் உத்தரவாதம் அளித்துவிட்டு, கிளம்பிச் சென்றார். புருவத்தில் வரிகள் விழுமளவு நெற்றியைச் சுருக்கிக் கொண்டு யோசிக்கத் தொடங்கிவிட்டாள், நாமகிரி!

திருப்பதி!

கிளம்புவதற்கு தயாராக இருந்தாள், 'லயன்' லட்சுமி. ஒரு கூடையில் மட்டும், வடையும் பிரசாதமாக குவிந்து கிடக்க, அது அவளது காரின் டிக்கியில் இருந்தது.

சாமி தரிசனமெல்லாம் பிரமாதமாக கிடைத்தது. பிரியாவுக்கும், அர்ஜுனுக்கும் துளியும் தாமதமே இன்றி மலைமேலேயே ஒரு 'ஃபிளாட்'டில் சாந்தி முகூர்த்தத்தையும் முடித்துவிட்டாள்.

அர்ஜுன், பிரியாவை கிறங்கடித்து இருந்தான். அவளுக்குள் எப்போதும் இல்லாத வெட்கம், மவுனம் என்கிற கலவை. தலையை வாராமல் 'ஷாம்பு' விளம்பரத்தில் வருகிறவர்கள் போல பறக்கவிட்டபடி திரிவதுதான் அவள் வழக்கம்.

ஆனால், இப்போது அதை அடக்கிக் கட்டி 'தலைவாரிப் பின்னி' பூகூட வைத்திருந்தாள். நெற்றியிலும் குங்குமம். லட்சுமிக்கே மகளைப் பார்க்க கண்படும் போல் இருந்தது. அர்ஜுனும் தன் மாமியாரை நெருக்குநேர் பார்ப்பதை தவிர்த்தான். வெட்கம்தான்.

அதே நேரம், அவனிடம் ஒரு துள்ளல். இனி அம்பாரி மாளிகைக்கே தான்தான் அரசன் என்பது போல ஒரு பாவனை. சொடக்குப்போட்டு டிரைவரை அழைப்பதில் இருந்து, செல்போனை தூக்கிப் போட்டு பிடித்து பேசுவதுவரை அனைத்திலும் அவனிடம் ஒரு மாற்றம்.

லட்சுமியும் மதுரைக்கு கிளம்ப முடிவு எடுத்துவிட்டாள். அதற்குமுன்பாக அங்குள்ள தன் உளவாளிகளில் ஒருவனுக்கு போன் செய்தாள்.

"வணக்கம் மேடம்... இங்க ராஜதுரை இன்னும் ஆஸ்பத்திரியில்தான் இருக்கார். சாமியாரால் பூரணமா குணமாயிட்டா சொல்றாங்க. நரிக்குடி ஜமீன்ல பெருசா ஒண்ணும் ஆர்ப்பாட்டம் இல்லை. ரொம்பவே அமைதியா இருக்கு. உறவுக்காரங்கதான் நீங்க துக்கம் கேக்க வராததை ஒரு பிரச்சினையா பேசினாங்க. அவங்கள ராஜதுரைதான் லாரியை ஏத்தி கொன்னுட்டான்னு தெரியவும் அப்படியே அடங்கிட்டாங்க."

"மொத்தத்துல பெருசா எதுவும் இல்லை. அப்படித்தானே?"

"ஆமாம் மேடம்... பத்திரிகைகாரங்கள்ல சிலர் மட்டும் உங்களைத் தேடிகிட்டு இருக்காங்க. சிலர் திருப்பதியில் இருக்கிறது தெரிஞ்சு அங்கே வந்துகிட்டும் இருக்காங்க."

"பிரியா – அர்ஜுன் கல்யாண விஷயம் பரவிடிச்சா?"

"என்னன்னு தெரியலை... ராஜதுரை அதைப்பத்தி பெருசா பேசலை. அதேவேளை, ராஜதுரையைப் பார்க்க இரண்டு, மூணு தடவை அந்த சாமியார் வந்துட்டுப்போனாரு."

"சரி... இன்னும் 10 மணி நேரத்துல நான் அங்கே இருப்பேன். அங்கு வந்த மறுநாளே நான் எல்லா பத்திரிகையாளர்களையும் சந்திக்கிறேன். அந்த சந்திப்புல என் மகள் – மாப்பிள்ளையையும் அறிமுகப்படுத்தி, அவங்க கல்யாணத்தையும் போட்டு உடைச்சுடப் போறேன். அதுக்கு முந்தி நான் யார் கண்ணுலேயும் படாம நரிக்குடி ஜமீனுக்கு போய் நாமகிரியம்மாவை மட்டும் பார்த்து துக்கம் கேக்கணும். அதுக்காக எனக்கு ஒரு வாடகை கார் ஏற்பாடு பண்ணிடு."

"நல்லதுங்க மேடம்."

பேசி முடித்தாள். காரிலும் ஏறி அமர்ந்து கொண்டாள். அவளது காரை பிரியா – அர்ஜுன் கார் பின்தொடர்ந்தது. காருக்குள் அர்ஜுன், பிரியாவிடம் சில்மிஷம் செய்யத் தொடங்கினான்.

"ஐயாவுக்கு 'ரொமான்ஸ் மூடு' இன்னும் போகலையா?"

"ஏன் போகணும்? எதுக்கு போகணும்?"

"உஸ்... இது கார்."

"ஆனாலும், புதுமணத் தம்பதிகள் கார்."

"நாம் தம்பதிகள் மட்டுமல்ல... கொஞ்சம் சிக்கல்லேயும் இருக்கோம். அம்மா பயங்கர 'டென்ஷன்'ல இருக்காங்க, பார்த்தீங்கல்ல?"

"உங்க அம்மாவைக் கொஞ்சம் என் பின்னால் நிக்கச் சொல். எல்லா பிரச்சினையையும் நான் தீர்த்து வைக்கிறேன்."

"சொல்லாதீங்க. செய்யுங்க."

"அதுக்கு உங்க அம்மாவான மங்கம்மா சம்மதிக்கணுமே?"

"சம்மதிக்காட்டி உங்க மாப்பிள்ளை முருக்கைக் காட்டுங்க. நானும் உங்களுக்கு ஆதரவு கொடுத்து, 'அம்மா இனி நீங்க ஓய்வு எடுங்க'ன்னு சொல்றேன்."

"என்ன நீ... நான் கோடு போட்டா ரோடு போடுறே?"

"முதல்முதலா ஒரு சரியான ஆம்பிளையைப் பார்த்ததால்..."

அவள் பேச்சோடு வெட்கத்தையும் காட்டினாள். அடுத்த நொடியே அவளை தன் இரும்புக்கரங்களால் இழுத்து ஒரு 'இச்' கொடுக்க, அவளும் திமிற முற்பட்டு, விடுங்க... என்ன இது?" என்று வெட்கப்பட, "சரியான ஆம்பிளைன்னா இப்படித்தான் இருப்பான்" என்று அர்ஜுனும் கண்சிமிட்டினான்.

இரவு நேரம்!

நரிக்குடி ஜமீன் முன் நின்ற கார் ஒன்றில் இருந்து கறுப்பு நிற 'கோஷா' தரித்த பெண் ஒருத்தி இறங்கி உள்ளே சென்றாள். பார்த்தவர்களுக்கு எல்லாம் வியப்பு. நேராக பிரம்பு நாற்காலியில் அமர்ந்திருந்த நாமகிரி முன் முகத்திரையை விலக்கினாள்.

'லயன்' லட்சுமி!

"அட லட்சுமியம்மாவா... என்ன இது வேஷம்?"

"வேஷம்தான்... என்ன பண்ணட்டும்? அந்த ராஜதுரையும், அவன் ஆட்களும் கொலை வெறியோடு அலையறாங்க" கேட்டபடி எதிரில் அமர்ந்தாள்.

"ஆனா, அவன் ஒரு பாவமும் அறியாதவன்னுல்ல சொல்றானாம்?"

"சொல்வான்... சொல்வான். உங்ககிட்ட சொல்றதுக்கென்ன... பெரியவர் அவசரப்பட்டு அவன்கிட்ட நாகமாணிக்கத்தை கொடுத்துவிட்டுட்டாரு. பின்னாலேயே விஷயம் வெளியே போயிடக்கூடாதுன்னு அவன்மேலே லாரியை ஏத்திக் கொல்ல ஏற்பாடும் செய்துட்டாரு... நான் பதறிப்போனேன். அதெல்லாம் ஒண்ணும் ஆகாதுன்னு சொன்னாரு. ஆனா, இப்ப பாருங்க... அவனால் நானும் சேர்ந்து பாதிக்கப்பட்டு இருக்கேன்."

லட்சுமி நடந்து முடிந்த தன் டிரெயிலரை நாமகிரியிடம் ஓட்டிக் காண்பித்தாள்.

"ஒரு தப்பு பண்ணுறதுன்னு துணிஞ்சிட்டா அதை மிச்சம் வைக்காம செய்து முடிக்கணும். ஆனா, பெரியவர் மிச்சம் வைச்சுட்டார். அவன் தப்பிச்சதுதான் சிக்கலாயிடிச்சு."

"நீங்க சொல்றதும் சரிதான் என் அண்ணன் லாரிக்கு ஏற்பாடு பண்ணினப்போ நானும் இருந்தேன். இப்ப அவரும் போயிட்டாரு. ரமேசும் போயிட்டான். நான் இப்ப தனிமரமா ஆயிட்டேன்."

"கவலைப்படாதீங்க... நடந்தது நடந்துடுச்சி. அவனுக்கு ரமேசை தூக்கணும். என் மக கழுத்துல தாலி கட்டணும்க்கிறதுதான் நோக்கம். அதுல முதல் விஷயத்துல ஜெயிசுட்டான். ஆனா, என் மக விஷயத்துல நான் அவனை நல்லாவே தோற்கடிச்சுட்டேன்."

லட்சுமி லகுவாக பிரியா - அர்ஜுன் திருமண விஷயத்துக்கு வந்தாள்.

"அப்படின்னா?"

"என் மகளோடு படிச்ச அர்ஜுன்கிறவனையே என் மகளுக்கு திருப்பதியில் வைச்சு தாலிகட்டும்படி செய்துட்டேன். என்ன... இங்கே நிச்சயம் பண்ண மாப்பிள்ளையோட பொணம் கிடக்கும் போது, அங்கே கல்யாணம் பண்ணுறோமேன்னு மனசு கிடந்து துடிச்சிச்சு. விட்டா இவன்தான் எந்த எல்லைக்கும் போவானே..."

லட்சுமி, வந்த விஷயம் முழுவதையுமே நேர்த்தியாக, சரியான காரணகாரியங்களோடு சொல்லிவிட்டது போல ஒரு பெருமூச்சுவிட்டாள்.

நாமகிரியிடம் ஒர் ஆழ்ந்த மவுனம்.

"என்னம்மா யோசிக்கிறீங்க? நான் துரோகம் பண்ணிட்டதா மட்டும் நினைக்காதீங்க. என்னதான் அழுது புரண்டாலும், நிச்சயம் பண்ணின என் மாப்பிள்ளை ரமேஷ் உயிர் திரும்ப வரப்போறதில்லை. இந்த நிலையில் ராஜதுரையும் ஆள் வைச்சு என் மகளை கடத்திகிட்டு போய் தாலிகட்டுற எண்ணத்துல

இருந்தான்னு தெரிஞ்சிச்சு... அப்பதான் எனக்கு இப்படி ஒரு எண்ணம் தோணிச்சு."

அந்த பதிலால் நாமகிரியும் சற்று மவுனம் கலைந்தாள்.

"சரி... மகளாவது நல்லா இருக்கட்டும். ஆமா, இந்த 'கோஷா' எதுக்கு?"

"அவன்தான் பழிக்குப்பழின்னு ஒரு நூறு பேரை ஏவிவிட்டு இருக்கானே... அவங்ககிட்ட இருந்து தப்பிக்கதான். நாளைக்கு பத்திரிகைக்காரங்களோடு ஒரு சந்திப்பு இருக்கு. அதுல என் மகள் திருமணத்தைப் பத்தி சொல்றதோடு, ராஜதுரையோட கொலை வெறியையும் போட்டு உடைக்கப் போறேன்."

லட்சுமி அப்படிச் சொன்னதுதான் நாமகிரியை உலுக்கிவிட்டது.

"வேண்டாம் லட்சுமி. அவன் பத்தி எதுவும் பேச வேண்டாம். அவனது கோபத்தை நான் தணிக்கிறேன். அவன் இனி எந்த காலத்துலேயும் உங்கபக்கம் வரமாட்டான். அதுக்கு நான் பொறுப்பு."

"அட என்னங்க... எவ்வளவு பெரியவங்க, நீங்க போய் அவன் கால்ல விழுந்துகிட்டு..."

"வேற வழி... அண்ணன் பண்ணினது தப்பாச்சே. அடுத்து, அவனை குற்றம் சொல்லும் போது நாகமாணிக்கம் பத்தியும் பேச வேண்டியதுவரும்."

"அதுசரி... உங்களுக்கு அவன் கட்டுப்படுவானா?"

"என்ன... கொஞ்சம் பணத்தை கொடுத்தா அடங்கிட்டு போறான்."

"கோடிக்கணக்கில் கேட்பானே...?"

"பத்து கோடிகூட கேக்கட்டும். கொடுத்துட்டுப் போறேன்."

"அவனுக்கு அவ்வளவு பெரிய தொகையா?"

"வேற வழி? நீங்க இந்தக் கவலையை விடுங்க. இனி நீங்க உங்க மகள் - மாப்பிள்ளைன்னு நல்லா இருங்க. அப்புறம் என் அப்பா,

உங்க மகள் தனக்கு மருமகளாகப் போறாங்கிற எண்ணத்துல, உங்களுக்கு சீதனமா கொடுத்த அந்த நாகமாணிக்கத்தை மட்டும் திருப்பி கொடுத்துடுங்க.

நூறு கோடி ரூபாய்க்கு இலங்கை வியாபாரி அதைக் கேட்டுகிட்டே இருக்கார். நாகமாணிக்கத்தை தூக்கி அவர்கிட்ட கொடுத்து, பணத்தை வாங்கி, ராஜதுரையையும் நான் சமாதானப்படுத்திடுறேன்."

நாமகிரி சொல்லி முடித்தாள். ஆனால், லட்சுமியிடம்தான் ஒரு குபீர் திகைப்பு!

அத்தியாயம்  21

"உங்க அவ்வளவு பேர் சந்தோஷமும், துக்கமும் இப்ப என் கையில... நான் பார்த்து ராஜதுரை பக்கம் சாஞ்சு உங்களை மாட்டிவிடலாம். உங்கபக்கம் சாஞ்சு ராஜதுரையை கதறவிடலாம்!"

திகைப்புடன் மவுனம் சாதித்த லட்சுமியை நாமகிரியும் கூர்ந்துதான் பார்த்தாள்.

"என்னம்மா... என்ன யோசனை?"

"ஒண்ணுமில்ல... அந்த நாகமாணிக்கம் என்கிட்ட வந்த நேரம் எனக்கும் எவ்வளவோ நல்லதெல்லாம் நடந்துச்சின்னுதான் சொல்லணும்."

"ஆமாமா... அது வேற, மகாலட்சுமி வேற கிடையாதுங்கறதுதானே உங்கப்பா அடிக்கடி சொல்ற வார்த்தை..."

"நீங்களே சொல்லிட்டிங்க மகாலட்சுமின்னு. அப்படிப்பட்ட மகாலட்சுமியை தூக்கி ஓர் இலங்கை வியாபாரிக்கா கொடுக்கப் போறீங்க?"

"வேற என்ன பண்ணச் சொல்றீங்க. இந்த எம்.எல்.ஏ. பய நிச்சயம் சும்மா இருக்கமாட்டான். அப்பாவும் அவன் விஷயத்துல அவசரப்பட்டுட்டாருல்ல... அதுக்கு ஒரு நஷ்ட ஈடு தரத்தானே வேணும்... தந்தால்ல அவனும் சும்மா இருப்பான்."

"அவன் இனி என்ன செய்ய முடியும்? அதான் ஜமீனையே ஒண்ணும் இல்லாம பண்ணிட்டானே... இனி அவன் பழிவாங்க இங்கே யார் இருக்கா?"

"பழிவாங்க யாரும் இல்லதான். ஆனா, அவனும்ல நாகமாணிக்கம்மேல ஒரு கண்ணு வெச்சிருக்கான்."

நாமகிரி காட்டிய அந்த கோணம், லட்சுமியையும் கூர்மையாக்கி இன்னும் தீவிரமாக அவளை யோசிக்க வைத்தது.

"சரிங்கம்மா... நீங்க கிளம்புங்க. நல்ல நேரத்துல அதை கொண்டுகிட்டு வந்து கொடுக்கிற வழியைப் பாருங்க..."

நாமகிரி இனி பேச எதுவுமே இல்லாதது போல அதுவரை அமர்ந்திருந்தவள் எழுந்து நின்றாள்.

லட்சுமிக்கா புரியாது?

பதில் வணக்கத்தை கூறிவிட்டு கிளம்பினாள்!

சொக்கிகுளம் அம்பாரி மாளிகை! பழைய மிடுக்குக்கு திரும்பி வந்துவிட்டது. மாளிகையை சுற்றி உள்ள மதில் சுவர்களை ஒட்டி இருக்கும் சோடியம் விளக்குகள் ஜெகஜ்ஜோதியாக எரிய, மாளிகை முகப்பிலும், நன்கு குலைதள்ளிய வாழை மரங்கள் கட்டப்பட்டிருந்தன. அதுவே பிரியா – அர்ஜுன் திருமணம் முடிந்துவிட்டதை சொல்வதுபோல் இருந்தது.

கமிஷனர்வரை போய் ராஜதுரை மேலேயே புகார் கொடுத்திருந்ததால் வீட்டைச் சுற்றி போலீஸ் பாதுகாப்பு வேறு... பத்திரிகையாளர்களும் எப்படியாவது லட்சுமியைப் பிடித்து சுடச்சுட செய்தியை கறந்துவிட வேண்டும் என்று இருந்தனர்.

லட்சுமியும் அனைத்திற்கும் தயாராகத்தான் இருந்தாள். நாமகிரி, நாகமாணிக்கத்தை திரும்பக் கேட்டது மட்டும் அவளை வருடிக்கொண்டே இருந்தது.

ராஜதுரையும் அதற்கு ஆசைப்படுகிறான் என்பதும் சேர்ந்து கொண்டது. என்னவானாலும் சரி... அதை இழந்து விடக்கூடாது என்றே எண்ணினாள். அதற்கு ஒரே வழி, அந்த இலங்கை வியாபாரியிடம் விற்பதற்கு நானே விலைக்கு வாங்கிக் கொள்கிறேன் என்று கூறுவதுதான்...!

நாமகிரி பேசியதை வைத்துப் பார்த்தபோது பணத்தை யார் கொடுத்தாலும் அவர்களுக்கு அவள் நாகமாணிக்கத்தை கொடுத்துவிடுவாள் என்கிற தொனியே அதில் தூக்கலாக இருப்பது அவளுக்கும் புரிந்திருந்தது.

இப்படி மனம் முழுக்க நாகமாணிக்கத்தின் மேலேயே இருக்க, 'கோஷா' உடையில் அவள் அம்பாரி மாளிகைக்குள் நுழைந்து காரைவிட்டு இறங்கவும், பத்திரிகையாளர்கள் காத்திருந்த மாதிரி வளைத்துக்கட்டி படம் எடுத்தனர்.

"என்ன மேடம்... மதம் மாறிட்டீங்களா?" என்றுகூட ஒரு குறும்புகார நிருபர் கேட்டுவிட்டார். ஆனால், லட்சுமி அதற்காக கோபிக்கவில்லை.

"உங்களை எல்லாம் ஒரு அஞ்சு நிமிடத்துல சந்திக்கிறேன். அப்ப விவரமா சொல்றேன்..." என்று உள்ளே சென்றாள்.

சிட்டிபாபுவும் அவர்கள் அவ்வளவு பேரையும் ஹாலின் மையத்தில் அமர வைக்க ஆரம்பித்தான்.

மாடியில் பிரியாவை கொஞ்சிக் கொண்டிருந்த அர்ஜுனுக்கும், பிரியாவுக்கும்கூட இன்டர்காமில் அழைப்பு வைத்தான்.

"மாப்பிள்ளை சார்... பத்திரிகையாளர் சந்திப்பு நடக்க இருக்குது, ஐந்து நிமிடத்துல நீங்க தயாராகிட்டா நல்லா இருக்கும்..."

"நான் மட்டுமா? பிரியாவுமா?"

"இரண்டு பேரும்தான் சார்..."

அர்ஜுன், பிரியாவை தயார்படுத்திவிட்டு, அனைவருக்கும் காப்பி கொடுக்க, அடுத்து சமையல்காரனை அழைத்தான்.

அவனும் காப்பியோடு வரவும், லட்சுமியும் வந்து சேர்ந்தாள். உடைமாற்றிக் கொண்டு பார்ப்பதற்கும் சற்று பதற்றத்தோடு தெரிந்தாள். பிரியாவும், அர்ஜுனும் வந்து அவளருகில் அமர்ந்துகொள்ள பத்திரிகையாளர்கள் கூட்டம் தொடங்கியது.

"உங்க எல்லாருக்கும் வணக்கம். சமீபத்தில்தான் உங்களை எல்லாம் சந்திச்சேன். அந்த கூட்டத்துலகூட என் மகளோட கல்யாணம் பத்தி நீங்க பலவிதமா கேட்டப்போ, நான் ஒரே பதிலைத்தான் சொன்னேன். என் மகள் பிரியாவுக்கும், நரிக்குடி ஜமீன்தார் நல்லமணி ஐயா பேரன் ரமேசுக்கும்தான் கல்யாணம்னு நான் அப்ப சொல்லி இருந்தேன். படிச்ச நண்பன் அர்ஜுனே கணவனா வரக்கூடிய ஒரு சூழ்நிலை இப்ப ஏற்பட்டுடிச்சி."

"லாரி விபத்துல ரமேஷ் மரணமடைவாருன்னோ, அதனால நரிக்குடி ஜமீனே அழிஞ்சு போகும்னோ நான் கனவுலகூட நினைக்கல.

மாஜி எம்.எல்.ஏ. ராஜதுரைக்கும், நரிக்குடி ஜமீன்தாருக்கும் ஏதோ மனவருத்தம். அது ரமேஷ் கொலைவரை போயிடிச்சு."

"அந்த ராஜதுரை, ரமேஷை மட்டும் குறிவைக்கல... என்னையும், என் மகளையும்கூட குறிவெச்சான். அவன் கண்ணுல மண்ணைத் தூரவத்தான் நான் 'கோஷா' போட்டுகிட்டு திரியும்படியா ஆயிடுச்சு..."

"நான் எப்பவும் எதுக்கும் அஞ்சாதவ... ஆகையால ராஜதுரைக்கும் பயப்படலை. ராஜதுரைக்கு உடனடியா பாடம் கற்பிக்க ஆசைப்பட்டேன். குறிச்ச முகூர்த்தத்துல என் மகள் திருமணமும் கட்டாயமா நடக்கணும்னு நான் முடிவு செய்தேன். எனக்கு அர்ஜுன் கைகொடுத்தார். நான் நினைச்ச மாதிரி அதே முகூர்த்தத்துல என் மகளுக்கும், அர்ஜுனுக்கும் திருமணம் நடந்து முடிஞ்சிடிச்சு. அவங்க திருமண வரவேற்பு கூடிய சீக்கிரம் தடபுடலா நடக்கப் போகுது. உங்களுக்கெல்லாம் கட்டாயமா அழைப்பு வரும். நீங்க எல்லாம் கலந்துகிட்டு மணமக்களை வாழ்த்தணும்னு கேட்டுக்கறேன்.

இப்ப உங்களுக்கு என்ன கேக்க தோணுதோ கேக்கலாம்."

லட்சுமி கச்சிதமா பேசி முடித்தாள். ஒரு நிருபர் காத்திருந்தது போல ஆரம்பித்தார்.

"மாஜி எம்.எல்.ஏ. ராஜதுரைக்கும், உங்களுக்கும் அப்படி என்ன பகை?"

"எனக்கும் ராஜதுரைக்கும் ஒரு பகையும் இல்லை. அவருக்கும், நல்லமணி ஐயாவுக்கும்தான் ஏதோ சிக்கல். அந்த குடும்பத்தோடு நான் சம்பந்தம் வைச்சுக்க விரும்பினதால என்மேலேயும் கோபம் வந்திருக்கலாம்."

"அதுக்காக அவர் கொலை செய்யிற அளவுக்கா போவார்?"

"போயிருக்காரே... எங்கமேலேயும் மோதுகிற அளவுக்குல்ல லாரிங்க வந்துச்சு..."

"ஆனா, ரமேஷ்வரையில் நடந்தது ஒரு எதிர்பாராத விபத்துன்னு லாரி டிரைவர் வாக்குமூலம் கொடுத்திருக்காரே?"

"எந்த கொலைகாரன் எந்த காலத்துல 'நான்தான் கொலை செய்தேன்'னு ஒத்துகிட்டு இருக்கான்?"

"அப்ப இப்பவும் நீங்க உங்க குற்றச்சாட்டுல உறுதியா இருக்கீங்களா?"

"நிச்சயமா... ராஜதுரைக்கு தண்டனை கிடைக்கிறவரை நான் விடமாட்டேன்."

"நரிக்குடி ஜமீன்தார் பேரனுக்கு நிச்சயம் பண்ணிட்டு எப்படி ஒரு சாதாரண நபருக்கு உங்க மகளைக் கட்டிக் கொடுக்க சம்மதிச்சீங்க?"

"ரமேஷை கல்யாணம் பண்ணிக்க சொல்லி நான் கேட்டப்போ, என் மகள் சம்மதிச்சாள். அது இனி நடக்க சாத்தியமில்லாம போனப்போ அர்ஜுன் தானா முன்வந்தார். என் மகளும் ஆசைப்பட்டா. ஆகையால் என் விருப்பத்துக்கு, நான் பதிலுக்கு சம்மதம் சொல்லிட்டேன்."

"அவங்க ஏற்கெனவே காதலர்கள்னு நாங்க கேள்விப்பட்டோம். இந்தக் கல்யாணம் பிடிக்காம உங்க மகளே வீட்டைவிட்டு

ஓடிட்டதாகவும் நாங்க கேள்விப்பட்டோம். ஆனா, நீங்க சொல்றதுக்கும், நாங்க கேள்விப்பட்டதுக்கும் ரொம்ப இடிக்குதே..."

"நீங்க ஆயிரம் கேள்விப்படலாம். அது அவ்வளவும் உண்மையா இருக்கணும்னு கட்டாயமில்லை."

லட்சுமி, இனி பேச எதுவுமில்லை என்பது போல எழுந்து புறப்பட தயாரானாள்.

பத்திரிகையாளர்களும் பிரியா – அர்ஜுன் இருவரையும் புகைப்படங்கள் எடுக்கத் தொடங்கினர்.

ஒரே 'பிளாஷ்' மழை!

மாலை பத்திரிகைகளில் எட்டு பத்தி செய்தியாக லட்சுமி கூறியிருந்தது வெளியாகி இருந்தது. செய்தியையொட்டி பிரியா – அர்ஜுன் இணைந்து நிற்கும் படம்!

'மாஜி எம்.எல்.ஏ. ராஜதுரை ஒரு கொலையாளி!'

'லயன்' லட்சுமி பகிரங்க குற்றச்சாட்டு.

என்று கொட்டை எழுத்து செய்தி மின்னியது. அந்த செய்தித்தாள் ராஜதுரை கைகளிலும் இருந்தது. அவர் கண்களில் இரத்தச் சிவப்பு.

"அண்ணே... லட்சுமி துணிஞ்சிட்டாண்ணே... பதிலடியை நீங்க இந்தத் தடவை தெளிவா கொடுக்கலைன்னா அம்புட்டுதான்" என்று உதவியாளனும் ஏற்றிவிட்டுக் கொண்டிருந்தான்.

"முதல்ல சாமியைக் கூப்பிடுடா..."

"அட போங்கண்ணே... அவரு வேஸ்டுண்ணே!"

"கூப்பிடுடான்னா..."

"என்னண்ணே நீங்க... நாகமாணிக்கக் கல் அவகிட்ட இருக்கிறதால அவதான் ஜெயிப்பாள்னு உங்ககிட்டையே சொல்ற அவர்கிட்டேயே போறது நல்லாவா இருக்கு?"

"அவரை விட்டா இப்ப நமக்கு உதவி செய்ய யாருடா இருக்கா?"

"அப்படின்னா அவர்கிட்ட இந்தத் தடவை வெட்டு ஒண்ணு, துண்டு ரெண்டுன்னு சொல்லிடுங்க."

"சொல்லத்தான் போறேன். முதல்ல அவருக்கு போன் போடு."

ராஜதுரையின் கட்டளை செயல் வடிவம் பெற்றது. ஆனால், மறுபக்கம் செல்போனை சாமி அணைத்து வைத்திருக்கும் பதிலே வந்தது.

"அண்ணே... அவர் ரொம்ப விவரம், எப்படியும் அவரை கூப்பிட்டு கதறுவீங்கன்னு தெரியும் போல... அதான் 'சுவிட்ச் ஆப்'னு வருது."

"சேச்சே!" - ராஜதுரைக்கு விரக்தியும், கோபமும் கலந்து வந்தன.

"எனக்கென்னமோ சாமியார் இப்ப நேரா லட்சுமியை பார்க்க போயிருப்பாருன்னுதான் தோணுது. ஏன்னா அவரும் நாகமாணிக்கக் கல்லுக்காகத்தானே அலையறாரு?"

ராஜதுரையின் அடியாள் ஒருவன் சரியாகவே யூகித்திருந்தான். அவன் யூகப்படியே சாமியாரும் லட்சுமி வீட்டில்தான் இருந்தார்!

சாமியாரைப் பார்த்த லட்சுமிக்கு கொஞ்சம் சங்கடமாகவும் இருந்தது. சந்தோஷமாகவும் இருந்தது.

"வாங்க சாமி... எங்க இவ்வளவு தூரம்?" - லட்சுமி சர்வசாதாரணமான ஒரு பாவனையுடன் கேட்டாள்.

"ஏம்மா உங்களை பார்க்க நான் வரக்கூடாதா?"

"என்னைப் பார்க்க யார் வேணும்னாலும் வரலாம். ஆனா, நீங்க போனதடவை போனப்போ நான் அடுத்து கூப்பிட்டாதான்

வருவேன்கிற ஒரு தொனி உங்ககிட்ட இருந்தது. அதான் இப்ப நீங்களா வரவும் எனக்கு ஒரே ஆச்சரியம்."

"நான் ஒண்ணும் நானாக வரலை லட்சுமியம்மா... இப்போ அந்த ராஜதுரையோட ஒரு தூதனா வந்திருக்கேன்."

"அடடே... எம்.எல்.ஏ. சார் சமாதான தூது அனுப்பி இருக்காரா? பலே..."

"தப்பும்மா... அவர் உங்களை எச்சரிக்கைதான் பண்ண சொல்லி இருக்கார்."

"என்ன அந்த ராஜதுரை சும்மா மிரட்டிப் பார்க்கிறானா?"

"நிச்சயமா இல்லை. ராஜதுரை நிஜமா ஒரு இறுதி முடிவோடுதான் இருக்காரு. அவர் உங்களுக்கும், அந்த நல்லமணிக்கும் நடுவுல ஒரு பாலமா இருந்தவர். ஆனா, அந்த பாலத்தையே நீங்க உங்க சுயநலத்துக்காக இடிக்க நினைச்சீங்க. நல்லவேளை... அதுல அவர் தப்பிச்சிட்டார். இப்ப அவர் உங்களை பதிலுக்கு இடிக்க நினைக்கிறார்."

"தப்பு சாமி... ராஜதுரை விஷயத்துல நான் எந்தத் தப்பும் பண்ணலே. நல்லமணி ஐயாதான் அவசரப்பட்டுட்டாரு... ராஜதுரை, ரமேஷை பழிவாங்கினதுவரைதான் சரி. ஆனா, என்கிட்டேயும் மோத நினைக்கிறது முட்டாள்தனம்."

"இப்ப நீங்க எந்த நியாய அநியாயத்தையும் பேச முடியாது லட்சுமியம்மா. விஷயம் கைமீறி போயிடிச்சு. அந்த டிரைவர் வரைல அவனை கட்டிப் போட்டது நான்தான். அது ஒரு வசியக்கட்டு. அதை அவிழ்க்க எனக்கு ஒரு நொடி அதிகம். அப்படி அவுத்து, 'லாரியை ஏத்தி ரமேஷை கொலை செய்யச் சொன்னது நீங்கதான்'னு டிரைவர் சொன்னா, உங்க நிலை என்னாகும்னு நீங்க யோசிச்சு பாருங்க?"

சாமியார் பொதுவாக லட்சுமிக்கு 'செக்' வைத்தார். அது அவளை சற்று அதிரவும் வைத்துவிட்டது. இருந்தும் காட்டிக் கொள்ளாமல் நிமிர்ந்தாள்.

"சாமி... என்ன சாமி வசியக்கட்டு அதுஇதுன்னு மிரட்டிப் பார்க்கிறீங்களா? ரமேஷ் என் மாப்பிள்ளையாக வேண்டியவர். என் மாப்பிள்ளையை கொல்ல நானே முயற்சி செய்வேனா?"

"கேழ்வரகுல நெய்வடியுதுன்னு நீங்க சொல்லலாம். கேட்கிறவங்களுக்கு புத்தி எங்கே போச்சுன்னு திருப்பி கேப்பேன்ல?"

சாமியார், லட்சுமியின் பதிலுக்கு அமர்த்தலாக ஒரு சிரிப்பு சிரித்தார். பின்,

"அம்மா... இப்ப ஒரு பையனுக்கு உங்க பொண்ணை அவசரஅவசரமா கட்டி வைச்சிருக்கீங்க. உங்க பொண்ணுக்கும், ரமேஷ்மேல விருப்பம் இல்லை. இந்த நிலையில் பொண்ணு விருப்பத்துக்காகவும், நாளைக்கு ரமேஷ் உங்களை தொந்தரவு பண்ணக்கூடாதுங்கிறதுக்காகவும், குறிப்பா அந்த நாகமாணிக்கக் கல்லை அழுக்குகிறதுக்காகவும்தான் நீங்க டிரைவரை ஏவிவிட்டீங்கன்னு சொன்னா யார் தரப்பு எடுபடும்னு நீங்களே யோசிச்சிக்குங்க."

சாமியார் பதில் லட்சுமிக்குள் இரைச்சலை உண்டுபண்ணியது.

"என்ன சாமி... ஒரு முடிவோடுதான் வந்திருக்கீங்களா?"

"ஆமாம்மா. இப்ப உங்க அவ்வளவு பேர் சந்தோஷமும், துக்கமும் என் கைல... நான் பார்த்து ராஜதுரை பக்கம் சாஞ்சு, உங்களை மாட்டிவிடலாம். உங்கபக்கம் சாஞ்சு, ராஜதுரையை கதறவிடலாம். நான் இனி எப்படி நடந்துக்கணும்கிறது உங்க கைலதான் இருக்கு."

"சரி சாமி... உங்களுக்கு என்ன வேணும்? விஷயத்துக்கு வாங்க."

"தெரியாத மாதிரி கேட்டா எப்படிம்மா? என்வரையில உங்க கைல இருக்கிற நாகமாணிக்கம், எல்லையில்லாத சக்தி கொண்டது. அது ஒரு மண்டலகாலம் எனக்கு தேவை. அதை நீங்க தர்றேன்னு சொன்னா நான் உங்கபக்கம். ராஜதுரை தர்றேன்னு சொன்னா நான் ராஜதுரை பக்கம்."

"என்கிட்ட இருக்கிறதை ராஜதுரை எப்படி சாமி தரமுடியும்?"

"லாரி டிரைவர் அவன் ஆளும்மா... நான் இப்ப சொன்ன மாதிரி அவன் சொன்னா உங்க கதியை யோசிச்சுபாருங்க."

"என்கிட்ட நாகமாணிக்கம் இருக்கும் போது என்னை இன்னொருத்தர் இப்படி பயமுறுத்தி ஜெயிக்க முடியும்னு நம்புறீங்களா?"

"எங்க... அதைதான் நரிக்குடி ஜமீன்ல திருப்பிக் கேட்டுட்டாங்களே... அது அவங்க சொத்தாச்சே?"

"இருக்கலாம். ஆனா, நான் அதை அவங்களுக்கு கொடுத்தாத்தானே?"

"அப்படின்னா?"

"அதுக்கு ஐம்பது கோடி ரூபாய் விலை சொல்லி இருக்காங்க. அதை நான் கொடுத்துட்டா?"

'லயன்' லட்சுமி கேட்டது, சங்கரானந்த சாமிகளையே சற்று வாயடைக்க வைத்தது.

அதேநேரம், பக்கத்து அறையில் அமர்ந்து கொண்டு அவர்களின் வாக்குவாதத்தைக் கேட்டபடி இருந்த அர்ஜுன் முகத்தில் ஏராளமான அதிர்ச்சி!

அத்தியாயம்  22

"இது, ஐம்பது கோடி ரூபாயை உங்க அம்மாகிட்ட இருந்து பறிக்கிறதுக்காக நரிக்குடி ஜமீந்தார் போட்ட திட்டம். சாரி... சாரி... அவர் பேரனை உனக்கு கட்டி வைக்க திட்டம். அப்படி மட்டும் நடந்திருந்தா ஐம்பது கோடி என்ன... உங்க அம்மாகிட்ட இருக்கிற அவ்வளவு சொத்துமே அவங்களுக்குத்தானே?"

ஐம்பது கோடி ரூபாய் போனாலும் பரவாயில்லை, தானே நாகமாணிக்கத்தை வாங்கிவிட வேண்டும் என்று ஒரு முடிவுக்கு வந்துவிட்ட லட்சுமியின் முடிவு அர்ஜூனை பெரிய அளவில் யோசிக்கச் செய்ய, சாமியார் சற்று சுருதி குறைந்தவராக லட்சுமியைப் பார்த்துக் கொண்டிருந்தார்.

"என்ன சாமி... என்னோட முடிவு உங்களுக்கு ஆச்சரியத்தைத் தருதா?"

"....."

"உங்களால் பதில் சொல்ல முடியலை இல்ல...?"

"....."

"நான் யாரையும் ஏமாற்ற நினைக்கிறவ இல்லை, சாமி. நாமகிரியம்மாவும் ஐம்பது கோடின்னு ஒரு விலை வெச்சிட்டாங்க. அவங்களே ஒரு பத்து கோடியை ராஜதுரைக்கு கொடுத்து, அவன் வாயை அடைக்க முடிவு செய்துட்டாங்க.

ராஜதுரையும் அரசியல்ல இருந்தவன். எதுஎதுக்கு என்ன விலைன்னு அவனுக்கு தெரியும். பணத்தைக் கொடுத்து, நாமகிரி

சமாதானத்துக்கு வரும் போது – 'அதெல்லாம் முடியாது, நான் பழிக்குப்பழி வாங்கியே தீருவென்'னு சொல்ல நரிக்குடி ஜமீன்லேயும் இப்ப யாருமில்லை..."

"....."

"என்ன சாமி... வாயே திறக்க முடியலையா? கொஞ்சம் முந்திதான் எங்க இரண்டுபேர் சந்தோஷமும், துக்கமும் உங்க கையிலங்கிற மாதிரி பேசினீங்க. நான் விலைக்கு வாங்குகிற முடிவுக்கு வந்த உடனேயே 'கப்சிப்'னு ஆயிட்டீங்களே...?"

"உண்மைதான் லட்சுமி... உங்களோட இந்த முடிவை நான் எதிர்பார்க்கலை..."

"எப்பவும், யாரும் எதிர்பார்க்காததைச் செய்யறதுதான் இந்த 'லயன்' லட்சுமி."

"பாராட்டுறேன்,   லட்சுமி.   நாகமாணிக்கம்   உங்க அவ்வளவுபேரையும்   எப்பவும்   சரியான   பாதையிலேயே செலுத்தறதுதான், இதுக்கெல்லாம் காரணம். அது உங்ககிட்ட இருக்கிறவரை யாரும், எதுவும் செய்துக்க முடியாது.

நான் இப்ப போறேன்! கொஞ்சநாள் கழிச்சு வருவேன். அப்ப நான் செய்ய நினைச்ச நாகபந்தன பூஜைக்கு அந்தக் கல்லை கொடுத்து உதவி செய்தா ரொம்ப சந்தோஷப்படுவேன். இப்ப நான் மனசு வருத்தப்படும்படி ஏதாவது பேசியிருந்தா மன்னிச்சிடுங்க..."

சாமியார் சட்டென்று ஒரு முடிவுக்கு வந்து எகிறின வேகத்தில் அடங்கியவராக, திரும்பியும் போகத் தொடங்கி விட்டார். லட்சுமி அதைப் பெரிதாக நினைக்கவில்லை. ஆனால், அர்ஜுன் அவர் போவதைப் பார்த்துக்கொண்டுதான் இருந்தான். லட்சுமிக்கு, தான் அப்போதே ஒட்டுமொத்தமாக எல்லா விஷயங்களிலும் வென்றுவிட்ட மாதிரி ஓர் உணர்ச்சி.

எங்கோ ஒரு பெரிய தவறு மிக அழகாக திட்டமிட்டு நடத்தப்பட்டுக் கொண்டிருப்பது போல் ஓர் உள்ளுணர்வு, அர்ஜுனுக்கு.

தீவிரமாக அவன் யோசித்துக் கொண்டிருக்க, மல்லிகை நறுமணம் கிறங்கடிக்க, தலைக்குக் குளித்த நிலையில் கூந்தலை கோதிக்கொண்டே அவன் அருகில் வந்து அமர்ந்தாள், பிரியா.

பேச்சையும் தொடங்கினாள்.

"என்ன அர்ஜுன்... என்ன தீவிரமான சிந்தனை?"

"எல்லாம் உங்க அம்மா எடுத்திருக்கிற ஒரு முடிவைப் பத்திதான்."

"அம்மா அப்படி என்ன முடிவு எடுத்திருக்காங்க?"

"அந்த நாகமாணிக்கத்துக்கு ஐம்பது கோடி ரூபாய் கொடுக்கப் போறாங்க..."

"நிஜமாவா... அம்மாவா சொன்னாங்க?"

"என்ன கேள்வி இது, பிரியா. என் காதுல விழுந்ததைத்தான் நான் சொல்றேன்."

"சரி... அதனால என்ன அர்ஜுன்?"

"ஒரு புளியங்கொட்டை அளவுள்ள கல்லுக்கு ஐம்பது கோடிங்கிறது என்னை என்னவோ பண்ணுது."

"அளவு சின்னதுதான்... மூர்த்தி சிறிதானாலும், கீர்த்தி பெரிதுங்கிற மாதிரி அது வந்ததாலதானே நமக்கும் கல்யாணமாச்சு?"

"கல்யாணமானவரை சரி... ஆனா, எங்க அப்பா - அம்மா இதுவரை நம்மை வந்து பார்க்கலை. நானா போன் பண்ணினாகூட எடுக்கமாட்டேங்கிறாங்களே...?"

"நீ என்ன சொல்ல வர்றே அர்ஜுன்?"

"அந்தக் கல்லுக்கு சக்தி இருக்கிறது உண்மைன்னா என் அப்பா - அம்மா வந்து நம்மை வாழ்த்தி இருக்கணும்ல?"

"ஓ... நீ அப்படி ஒரு கோணத்துல வர்றியா?"

"அப்படி ஒரு கோணத்துல நான் வரலை... அந்த கோணம்தான் என்னைக் கேள்வி கேட்கவே வைக்குது..."

"கொஞ்சம் யோசிக்க வேண்டிய விஷயம்தான்..."

"கொஞ்சம் இல்லை... நிறையவே!"

"அப்ப என் அம்மாகிட்ட போய் அவசரப்பட வேண்டாம்னு சொல்லுவோமா?"

"இப்ப இருக்கிற நிலையில் நாம் சொல்றதை எல்லாம் உன் அம்மா கேட்க மாட்டாங்க."

"அப்ப என்ன பண்ணலாங்கறே...?"

"முதல்ல அது எந்த மாதிரி கல்லுங்கறதை நாம் தெரிஞ்சுக்கணும். கோயம்புத்தூர்ல ஒரு நவரத்தின நிபுணர் இருக்கார். அவர்கிட்ட அந்த நாகமாணிக்கத்தைக் காட்டி, அவரோட விஞ்ஞானபூர்வமான பதில் என்னங்கறதை முதல்ல தெரிஞ்சிப்போம், பிரியா..."

"நாம இப்ப கல்லை கேட்டா அம்மா தருவாங்களா அர்ஜுன்?"

"கேக்காதே... எடுத்துக்கிட்டு உடனே கிளம்பு. கோயம்புத்தூர் போறதா சொல்லிட்டே புறப்படுவோம். கார்ல மதுரையில் இருந்து நாலு மணி நேரப் பயணம். அங்க அந்த நிபுணர்கிட்ட ஒரு இரண்டு மணி நேரம் திரும்ப ஒரு நாலு மணி நேரம், மொத்தம் பத்து மணி நேரம்."

"அர்ஜுன்... ஒரு தடவை நான் அதை எடுத்துகிட்டு போயிட்டதால் இந்தத் தடவை எடுக்கற மாதிரியே அம்மா வைக்க விரும்பலை. உண்மையைச் சொல்லப்போனா அது எப்பவும் ஒரு சிறு பர்சில்தான் இருக்கும். அதுவும் அம்மாவோட 'ஜாக்கெட்'டுக்குள் இருக்கு..."

"கடவுளே!" - அர்ஜுன் சற்று அவதியோடு தன் கையை குத்திக்கொண்டான். பலவித எண்ணங்களோடு எழுந்து நடந்தான்.

"அர்ஜுன்... ஒருவேளை உன் அப்பா - அம்மா இனிமே மனசு மாறி வரலாம்தானே?"

"அப்பாவும், அம்மாவும் ஒரு நாள் மனசு மாறத்தான் போறாங்க. மாறித்தான் தீரணும். நான் அவங்களுக்கு ஒரே பையன். இப்ப அவங்களுக்கு என்மேல இருக்கிறது கோபம். வெறுப்பு இல்ல. ஆனா, நடக்க முடியாத பல விஷயங்களை நடத்தி வெச்சதா சொல்லப்படுற இந்த கல்லால் என் அப்பா - அம்மாவோட கோபத்தை இப்ப மாத்த முடியாதா?"

"நீ கேக்கறதும் சரிதான்... அதே நேரம், வரிசையா நடந்த நல்ல விஷயங்களை எல்லாம் எந்தக் கணக்குல சேர்க்கிறது?"

"அதுல மூணு விசயம் ரொம்பவே தற்செயலா நடந்தவைதான்... மிச்சமுள்ள சில விஷயங்கள்தான் அமானுஷ்யமானவை..."

"சிலவோ... பலவோ... அமானுஷ்யம்னாலே அங்க 'மிஸ்ட்ரி' வந்துடுதே..."

"நீ அவசரப்படுறே பிரியா... சுருக்கமா சொல்றேன்... நாகமாணிக்கம்கறது உண்மையா இருந்து, அதுக்கு சக்தி இருக்கிறது நிஜமா இருந்து, அதனாலதான் நம்ம கல்யாணம்வரை எல்லாம் நடந்ததுன்னா அதுக்கு 50 கோடி ரூபாய்ங்கறது ரொம்ப அற்ப தொகை. அதேவேளை, அது வெறும் கண்ணாடி உருண்டைன்னா ஐம்பது கோடி ரூபாய்ங்கறது ரொம்பவே அநியாயமான தொகை..."

"நானும் அதை ஒத்துக்கிறேன்... நமக்குள்ள எதுக்கு அநாவசிய தர்க்கம். நீ சொன்ன மாதிரியே கல்லை பரிசோதனை பண்ணிப் பார்த்துடுவோம்..."

"கட்டாயமா பண்ணித்தான் தீரணும். இன்னொரு முக்கியமான தகவலை நான் உனக்கு இப்ப சொல்றேன். வந்துட்டு போன சாமியார், போலீஸ் நிலையத்துக்குள் நுழைஞ்சு ஒரு லாரி டிரைவர் மனசையே தன் வசிய சக்தியால் கட்டிப் போட்டதா சொன்னார்..."

"அதனால?"

"பொறுமையா கேளு... அப்படிப்பட்டவருக்கு உங்க அம்மாவோட ரவிக்கைக்குள் அந்த கல் இருக்கிறதைத் தெரிஞ்சிக்கிறதா கஷ்டம்?"

"நிச்சயமா இல்லதான்..."

"அங்கதான் எனக்கும் சந்தேகம் வருது, பிரியா... அந்த சாமியாருக்கு மட்டும் உண்மையா அந்த கல் தேவைப்பட்டு இருந்தா, உங்க அம்மாவையும் வசியப்படுத்தி தன் பின்னாலேயே கூட்டிகிட்டுப் போய், உங்கம்மா கையால அந்த மாணிக்கக் கல்லை எடுத்துக் கொடுக்க வச்சிருக்கலாம்தானே?"

"நிச்சயமா."

"ஆனா, அப்படி செய்யாம உங்கம்மா, 'ஐம்பது கோடி ரூபா கொடுத்து நான் வாங்க தயார் ஆயிட்டேன்'னு சொன்ன நொடியே, வாயடைச்சுப் போய் நின்னார், அவர். திரும்பிப் போகும்போதுகூட, 'கொடுத்து உதவ முடிஞ்சா உதவுங்க'ங்கிற மாதிரி குரல்ல ஒரு கெஞ்சல்..."

"போதும் அர்ஜுன். எனக்கு இப்ப எல்லாம் புரிஞ்சு போச்சு. அம்மா இப்படி ஒரு முடிவுக்கு வரணும்னே நிறைய விஷயங்கள் நடந்திருக்குன்னு நீ சொல்ல வர்றே... அப்படித்தானே?"

"சரியா சொன்னே... இது, ஐம்பது கோடி ரூபாயை உங்க அம்மாகிட்ட இருந்து சாமர்த்தியமா பறிக்கிறதுக்காக நரிக்குடி ஜமீன்தார் போட்ட திட்டம். சாரி... சாரி... அவர் பேரனை உனக்கு கட்டி வைக்க திட்டம். அப்படி மட்டும் நடந்திருந்தா ஐம்பது கோடி என்ன... உங்க அம்மாகிட்ட இருக்கிற அவ்வளவு சொத்துமே அவங்களுக்குத்தானே?"

"அர்ஜுன்...!"

"இப்பவே வாயைப் பிளந்தா எப்படி பிரியா...? ஏதோ ஒருவகையில் அப்படி நடக்காம போனதால்தான் அம்பது கோடி ரூபாயா அது மாறி இருக்குன்னு நான் நினைக்கிறேன்."

"வாவ்... அர்ஜுன், உன் யூகம் ரொம்பவே சரியா இருக்கும்... நீ சொல்றதைப் பார்த்தா இந்த சாமியாருக்கும், அந்த நரிக்குடி ஜமீனுக்கும்கூட ஏதோ சம்பந்தம் இருக்கணும்னு தோணுதுல்ல...?"

"எதுக்கு சந்தேகம்? அதைத் தீர்த்துக்க ஒரு வழி இருக்கு..."

"எப்படி அர்ஜுன்...?"

"நரிக்குடி ஜமீனோட போன் நம்பர் உன்கிட்ட இருக்கா?"

"அது என்ன பெரிய விஷயம்? சிட்டிபாபுகிட்ட கேட்டா கொடுத்துட்டுப் போறான்..."

"அவன் இப்ப எங்கே?" - அர்ஜுன் தேடலோடு நிமிர, எதிரில் சிட்டிபாபு வந்து கொண்டிருந்தான்.

"சிட்டி..."

"என்ன சார்?" - சிட்டிபாபு ஓடிவந்தான்.

"உங்ககிட்ட நரிக்குடி ஜமீன் நம்பர் இருக்கா?"

"டெலிபோன் நம்பரா?"

"ஆமா..."

"இருக்கு சார்... ஆமாம், உங்களுக்கு எதுக்கு சார்?"

"துக்கம் விசாரிக்கத்தான்..."

"நீங்களா?"

"அத்தைதான் விசாரிக்க சொன்னாங்க..."

"அப்ப சரி... இந்தாங்க நம்பர்."

தன் செல்போனுக்குள் அடங்கி இருந்த நம்பரை ஒரு தேடலுக்குப்பின் கண்டுபிடித்து கொடுத்தான், சிட்டிபாபு.

பின்னர் அவன் நகரவும், அர்ஜுனும் அந்த எண்ணைத் தட்டிவிட்டு - செல்போனை காதில் வைத்தான்.

பிரியா படபடப்போடு பார்த்துக்கொண்டே இருந்தாள். மறுமுனையில் யாரோ ஒருவர் எடுத்து, "யார்?" என்று கேட்டார்.

"நான் சங்கரானந்தசாமி பேசுறேன்... அங்கே பெரியவங்க யாரும் இல்லையா?"

"ஒ... சாமியா... இருங்க, அம்மாவை வரச் சொல்றேன்" - அந்த பதில் அர்ஜுனை துள்ளிக் குதிக்க வைத்தது. சில நொடிகளில் மறுமுனையில் நாமகிரி குரல் கேட்டது.

"சொல்லுங்க சாமி... எங்கே இருந்து பேசுறீங்க?"

"வெளியே இருந்துதான் தாயி... லட்சுமி ஐம்பது கோடிக்கு கல்லை வாங்க ஒத்துகிட்டா போல தெரியுதே?"

"ஆமா... ஏன் உங்கக் குரல் ஒரு மாதிரி கேக்குது?"

"அதை ஏன் கேக்கிறே... தெரியாம புது இடத்து தண்ணியைக் குடிச்சுட்டேன்."

"சரிங்க சாமி, எதுவா இருந்தாலும் நேரில் வாங்க பேசலாம். போன்ல எல்லாம் பேசவேண்டாம்னு உங்களுக்கு நான் பலமுறை சொல்லி இருக்கேன்ல...?"

"அதுவும் சரிதான்... நான் நேர்ல வர்றேன்..."

அர்ஜுன் செல்போனை அணைத்துவிட்டு, திரும்பினான். பிரியா அவனது புத்திசாலித்தனத்தைப் பார்த்து பிரமிப்பில் இருந்தாள்.

"பிரியா... உங்க அம்மா ஏமாறாம காப்பாத்தியே தீரணும்..." என்றான், அவனும் உறுதியான குரலில்.

அத்தியாயம்  23

"லட்சுமி பணம் கொண்டுவந்து கொடுத்தா வாங்காதீங்க... கல்லை திருப்பிக் கேளுங்கன்னு சொல்றேன். அவ கொடுத்துட்டா நீ உடனே அம்பத்தோரு கோடியோடு வந்து அவளைப் பார்த்து, வியாபாரத்தை முடிச்சுக்கோ, அப்புறமா என்னையும் கவனிச்சுக்கோ."

ஒரு பெரிய மோசடியை சாதுரியமாக கண்டறிந்துவிட்ட அர்ஜுனை பிரியா எப்போதும் இல்லாத பரவசத்தோடு பார்த்தாள். அர்ஜுனுக்கோ அதை எப்படிச் சொல்லி, லட்சுமியைத் தடுத்து நிறுத்துவது என்கிற கவலை. பிரியாவுக்கும் அது புரிந்தது.

"அர்ஜுன்... இப்ப அம்மாவை எப்படி தடுத்து நிறுத்தறதுங்கிறதுதானே உங்க கவலை?"

"ஆமாம்... நான் போன்ல பேசினதையும், பதிலுக்கு அந்த நாமகிரியம்மா பேசினதையும் உங்க அம்மா நம்பலைன்னா என்ன பண்ணுறதுன்னுதான் யோசிக்கிறேன்."

"அப்படியில்ல அர்ஜுன். அம்மா ஒண்ணும் சின்னக் குழந்தை இல்லை. அவங்ககிட்ட நாம் எல்லாத்தையும் சொல்லுவோம். நிச்சயம் யோசனை பண்ணுவாங்க."

"ஆமா... இப்ப உங்கம்மா எங்கே?"

அவன் கேட்க, அவள் தேடத் தொடங்கினாள். லட்சுமியோ அம்பாரி மாளிகை முகப்பில் உள்ள அவளது கணவரின் சமாதியில் இருந்தாள்.

நாகமாணிக்கக் கல்லை தான் வாங்கி விட்டதாகவே அவள் மனசுக்குள்ளே ஓர் எண்ணம்.

'நீங்க உயிரோடு இருக்கும் போதே இந்த மாணிக்கக்கல் கிடைச்சிருந்தா உங்களுக்கும் விமான விபத்து ஏற்பட்டிருக்காது. இருந்தாலும், இப்ப கிடைச்சதனால ஒண்ணும் குறைஞ்சுப் போயிடலைங்க... நம்ம மகளுக்கு, அவளுக்கு ரொம்பப் பிடிச்சவனே கணவனா வாய்ச்சுட்டான். நானும் 'பத்மஸ்ரீ' விருது வாங்கப் போறேன். மலை போல் வந்த பல சிக்கல்கள் பனி போல விலகிடிச்சு. இதுவரை நடந்த நல்லவற்றைவிட, இனிதான் நிறையவே நல்லது நடக்கப் போகுது. இதுக்கெல்லாம் உங்க ஆசீர்வாதம் வேணும்.'

கணவன் சமாதி முன் ஒரு நீண்ட பிரார்த்தனையை முடித்துவிட்டு லட்சுமி வெளியே வந்தாள். எதிரிலேயே பிரியா!

"அம்மா... உன்னைத்தான் தேடிக்கிட்டிருக்கேன்."

"என்னம்மா?"

"உள்ளே வா... உன்கூட நான் பேசணும்" பிரியா கைகளைப் பிடித்துக்கொண்டு, லட்சுமியை உள்ளே அழைத்துச் சென்றாள்.

லட்சுமியின் தனியறைக்குள் நுழைந்து கதவையும் தாழிட்டவள், உள்ளே காத்திருக்கும் அர்ஜுனைப் பார்த்தாள்.

அவன் சொல்லத் தொடங்கினான்.

ஆஸ்பத்திரி.

ராஜதுரை எதிரில் சாமியார் தாடியைத் தடவியபடி புன்னகையோடு நின்றுகொண்டிருந்தார்.

"நான் சொல்றதைக் கேளு ராஜதுரை. பழி உணர்ச்சியை மூட்டைகட்டு. உனக்கு பத்து கோடி ரூபா நஷ்டாடு தர, நரிக்குடி ஜமீனை இப்போ ஜா நிர்வாகம் பண்ணுற நாமகிரி முடிவு செய்திருக்காங்க. உனக்கும் எனக்கும் இருக்கிற சினேகத்தைத் தெரிஞ்சிகிட்டு அவங்க ஆள் ஒருத்தன் வந்து என்னைப்

பார்த்தான். அவன்தான் நாமகிரி அம்மாகிட்ட என்னைக் கூட்டிட்டுப் போனான். அப்ப அந்தம்மா சொன்னதைத்தான் நான் சொல்றேன்."

"சாமி... பத்து கோடியெல்லாம் எனக்கு பெரிய தொகை இல்லை. அடுத்து நான் எம்.எல்.ஏவாக வந்தா இந்தப் பணத்தை ஒரு இரண்டு, மூணு காண்டிராக்ட்லையே எடுத்துடுவேன். இது உங்களுக்கு தெரியாதா?"

"சரி... நீ முடிவா என்ன சொல்றே?"

"எனக்கு அந்த நாகமாணிக்கக்கல்லு வேணும் சாமி."

"இப்ப அதோட விலை ஐம்பது கோடி ரூபா... அதை உன்னாலே தரமுடியுமா?"

"ஓ... லட்சுமி இப்ப அந்த அளவுக்கு அதுக்கு விலை வைச்சுட்டாளா?"

"பைத்தியக்காரா... அவ வைக்கல. வைச்சது, நாமகிரி. அவ வாங்கப்போறா, அந்தத் தொகைக்கு."

"ஓ... சொத்தே போனாலும் கல்லு போயிடக் கூடாதுன்னு லட்சுமி நினைக்கிறா போல இருக்கு."

"ஆமாம்ப்பா... அது அவகிட்டையே இருந்தா, அவ ஒருநாள் முதலமைச்சர் ஆனா நான் ஆச்சரியப்பட மாட்டேன்."

"ஏன் சாமி... நான் அரசியல்லையே இருக்கிறவன். நான் ஆகமாட்டேனா?"

"மாணிக்கக்கல் உன்கிட்ட வந்து சேர்ந்தாதானே?"

"நீங்க எதுக்கு இருக்கீங்க? என்னை விடுங்க. உங்களுக்கு வேண்டாமா, அது?"

"நான் கேட்டா லட்சுமி தருவாங்கிற நம்பிக்கை எனக்கு இருக்கு. அதை வைச்சு நான் ஒரு பூசை பண்ணினா போதும். அதுவும் ஒரு மண்டல காலம். அவ்வளவுதான்."

"சாமி... நானும் பணம் தர்றேன் சாமி. நீங்க அது எனக்குக் கிடைக்க வழி பண்ணுங்க."

"நீ ஐம்பத்தொரு கோடி கொடுக்கிறேன்னு சொல். நாமகிரி அதை உனக்கு தரும்படி நான் பண்ணுறேன்."

"லட்சுமியே அதே தொகையைக் கொடுக்க மாட்டாளா என்ன?"

"நிச்சயமா... அதை வாங்கிறதுல உங்க இரண்டு பேருக்கும் நடுவுல போட்டி ஏற்பட்டா அது இன்னும் அதிக விலைகூட போகலாம்."

"சாமீஈஈஈ!"

"ஏன் பதறுறே? நான் உள்ளதைச் சொன்னேன். லட்சுமிக்கிட்ட ஐநூறு கோடிக்குமேல சொத்து இருக்கு. உன்கிட்ட அவ்வளவு இருக்கா என்ன?"

"நிச்சயமா என்கிட்ட அவ்வளவு இல்லை. ஆனா, நான் அந்த நாமகிரி கேட்ட தொகையைத் தரத் தயாரா இருக்கேன். தப்பு தப்பு... அந்த அளவுக்குத்தான் லட்சுமி தயாரா இருக்காளே! நான் ஐம்பத்தோரு கோடியே தர்றேன். நீங்க எப்படியாவது எனக்கு அது கிடைக்கும்படி பண்ணுங்க."

"சரிப்பா... நான் முயற்சி செய்யுறேன். ஆமாம், உன்கிட்ட இருக்கிற பணம் அவ்வளவும் கறுப்புதானே?"

"வெள்ளையா இவ்வளவு பெரிய தொகையை எப்படி சாமி வைச்சக்க முடியும்?"

சாமியார் அதற்கு பதிலாக ஒரு சிரிப்பு சிரித்தார்.

"என்ன சாமி... அடிக்கடி இப்படி சிரிச்சு என்னை பயமுறுத்துறீங்களே?"

"இல்ல... மக்கள் பணம் எப்படியெல்லாம் போகுதுன்னு யோசிச்சேன். சிரிப்பு வந்துடுச்சி."

"வேணாம் சாமி... மக்களைப் பத்தி என்கிட்ட பேசாதீங்க. உங்களுக்கு மக்களைப் பத்தி எதுவும் தெரியாது. நம்ம ஜனங்க நல்லவங்களுக்கு தொடர்ந்து ஓட்டுப் போட்டதே கிடையாது. அவ்வளவு ஏன்... பாதி பேர் ஓட்டே போடுறதில்லையே?"

"நீயா இதுக்காக வருத்தப்படுறே?"

"விடுங்க சாமி... ஜனங்களைப் பத்தி இப்ப எதுக்கு பேசிகிட்டு. இவங்களை என்னை மாதிரி ஆட்களால்தான் மேய்க்க முடியும். நீங்க மட்டும் நாகமாணிக்கக் கல்லை எனக்கு கிடைக்கிற மாதிரி பண்ணுங்க. நான் முதலமைச்சராவே வந்து காட்டுறேன் பாருங்க."

"சரிப்பா... உன் ஜாதகத்துல அப்படியொரு யோகம் இருந்தா அதை யாரால் மாத்த முடியும்? நான் நாமகிரிகிட்ட பேசுறேன். 'லட்சுமி பணம் கொண்டுவந்து கொடுத்தா வாங்காதீங்க. கல்லை திருப்பிக் கேளுங்க'ன்னு சொல்றேன். அவ கொடுத்துட்டா நீ உடனே அம்பத்தோரு கோடியோடு வந்து அவளைப் பார்த்து, வியாபாரத்தை முடிச்சுக்கோ. அப்புறமா என்னையும் கவனிச்சுக்கோ."

"நிச்சயமா... முதல்ல கிளம்புங்க."

"நீ எதுக்கும் பணத்தைப் பெட்டியில் தயாரா எடுத்துவைச்சுக்கோ."

"அது ஒரு ரகசிய இடத்துல இப்பவே தயாராதான் இருக்கு. நான் போய் எடுத்துக்கிட்டு கிளம்பினா போதும்."

ராஜதுரை துள்ளிக் குதிக்காத குறை!

"சரி... நீ 'டிஸ்சார்ஜ்' ஆயிடு, அடுத்து நான் உன்னை வீட்டுல பார்க்கிறேன்" என்றபடியே ஒரு மர்மச் சிரிப்போடு சாமியார் புறப்பட்டுப் போனார்.

அர்ஜுன் எல்லாவற்றையும் சொல்லி முடித்திருந்தான். லட்சுமி தலையில் கைவைத்தபடி உட்கார்ந்துவிட்டாள்.

"என்ன அத்தையம்மா... ரொம்ப அதிர்ச்சியா இருக்குல்ல?"

"ஆமாம் மாப்பிள்ளை... ஆனா, நான் தொடக்கத்துல அதைப் பால்ல போட்டு சோதனை செய்து பார்த்துட்டுதானே உள்ளே வைச்சேன். அப்ப அந்த சோதனையில் பாலே நீல நிறமா மாறிடுச்சே?"

"அது கல்லுல பூசிய நீல நிற ரசாயனத்தால்கூட இருக்கலாம்."

"கடவுளே... ரசாயனமா?"

"ஆமாம்... இப்ப அதை எடுங்க. உங்க எதிரிலேயே சோதிச்சு பார்த்துடுவோமே?"

லட்சுமி சற்று திரும்பிக் கொண்டு ரவிக்கைக்குள் கைவிட்டு, மார்போடு மார்பாக அடக்கி வைத்திருந்த அந்த மாணிக்கக்கல் கொண்ட பர்சை வெளியே எடுத்தாள். உள்ளே ஒரு மஞ்சள் பட்டுத்துணியில் அது சுருட்டப்பட்டு கிடந்தது.

முன்பெல்லாம் அதை பார்க்கும் போதே ஒரு பயபக்தியுள்ள பார்வை இருக்கும். இப்போது அது ஒரு கோலிகுண்டாக அவள் கண்களுக்குத் தெரிந்தது. அர்ஜுனும் அதை வாங்கி ஒரு கண்ணாடி தம்ளரில் உள்ள தண்ணீருக்குள் போட்டான். அந்தத் தண்ணீரும் இரண்டு நிமிடத்தில் நீலமாக மாறிவிட்டது.

"மாப்பிள்ளை... இதைப் பால்ல போட்டுத்தான் சோதிக்கணும்."

"தண்ணியிலேயே பல்லைக் காட்டிடுச்சி. பால்ல வேற பார்க்கணுமா?"

"அப்ப இது சந்தேகமில்லாம் போலி கல்தானா?"

"இன்னமுமா உங்களுக்கு இதுமேல நம்பிக்கை? வேணும்ணா இதைப் பரிசோதிக்க கோயம்புத்தூருக்கு என்கூட வர்றீங்களா?"

"அப்ப நம்ம வீட்டுக்குள்ள பாம்புங்க வந்ததெல்லாம் எப்படி?"

"காட்ல இருந்து பிடிச்சுகிட்டு வந்து, வீட்டைச் சுத்தி விட்டா, அது உள்ளே வரத்தானே செய்யும்?"

"பத்மஶ்ரீ விருது கிடைச்சதே?"

"இந்தக் கல்லை நீங்க வாங்கலேன்னாலும் அது கிடைச்சிருக்கும்."

"அமெரிக்காவுல உள்ள என் இடத்துல பெட்ரோல் கிணறு இருக்கிறது தெரியவந்ததே... அது?"

"அது உங்க இடம். பெட்ரோல் கிணறெல்லாம் காலகாலமா இருந்தாதான் அது தெரியவரும். அந்த இடத்தை நீங்க எப்ப வாங்கினீங்களோ அப்பவும் அது இருந்திருக்கு. இப்ப தெரியவந்திருக்கு."

"அட ஆமாம்... அப்ப எல்லாமே திட்டமிட்ட சதியா?"

"சதிங்கிற வார்த்தை ரொம்ப சாதாரணம், அத்தை. இது அதிபயங்கர வேலை... ஐம்பது கோடின்னு ஒரு கோலிகுண்டை விக்க முடியும்னா இது சாதாரணமா என்ன?"

"கடவுளே... நான் மோசம் போயிட்டேனே..."

"என்ன சொல்றீங்க அத்தை... அதான் நாம முழிச்சிக்கிட்டோமே... 'அம்மா தாயே இந்தா உன் நாகமாணிக்கக் கல். நல்ல நேரத்துல இதை வாங்கி வைச்சுகிட்டு, ஆளை விடு'ன்னு சொல்லிட்டு போய்கிட்டே இருப்போம்."

"முடியாதே மாப்பிள்ளை."

"ஏன் அத்தை?"

"நான் இப்பதான் சிட்டிபாடுகிட்ட கோடிகோடியா ரொக்கமா கொடுத்துவிட்டேன்."

"அட, என்ன அத்தை நீங்க... இப்ப அவனுக்கு போன் பண்ணி திரும்பி வரச் சொல்லுங்க."

லட்சுமி அடுத்த நொடியே தன் செல்போனில் அவனைப் பிடிக்க முயற்சி செய்தாள். ஆனால், அவன் செல்போனை ஆப் செய்து வைத்திருந்தான்.

"என்ன அத்தை?"

"முட்டாள்! அவன் செல்போனை 'ஆப்' பண்ணி வைச்சிருக்கான்."

"அடக் கொடுமையே!"

"விடுங்க... நான் நேரில் போறேன். எங்கே அந்த கோலிகுண்டு? இதைக் கொடுங்க முதல்ல... ஒருவேளை சிட்டிபாபு அந்த நாமகிரி அம்மாகிட்ட பணத்தைக் கொடுத்திருந்தாலும் பாதகமில்லை. கல்லை கொடுத்துட்டு, பணத்தைத் திருப்பி வாங்கிட்டு வந்துடுறேன்."

"நல்லாருக்கு... பணம் அவங்க கைக்கு போயிட்டா அது யானை வாயில் போன கரும்புதான். அதுலேயும் நாம முழிச்சிகிட்டோம்னு தெரிஞ்சா, கதையை அவங்க அப்படியே திருப்பி போட்ருவாங்க. நாமதான் 'ஒரிஜினல்' நாகமாணிக்கத்தை எடுத்துகிட்டு போலியை அவங்களுக்கு தந்து, ஏமாத்த முயற்சி செய்யறதா சொல்வாங்க."

"ஓ... இதுல சிக்கல் இருக்கா?"

"ஆமாம். இதைத் தந்திரமாதான் சமாளிக்கணும்."

"தந்திரம்ன்னா?"

"நாம முழிச்சிக்கிட்டதை கொஞ்சமும் காட்டிக்கக் கூடாது. அடுத்து, சிட்டிபாபுகிட்ட இருக்கிற பணம் எல்லாம் கள்ளநோட்டு... நாம் கொடுத்த நல்ல நோட்டை அவன் நடுவழில மாத்திட்டான்னு சொல்லி, அதைத் திருப்பி கேக்கணும். அந்த அம்மாவை நம்ம வீட்டுக்கே வந்து நல்ல நோட்டை வாங்கிக்க சொல்லணும்."

அர்ஜுன் அசுர வேகத்தில் கணக்கு போட்டான். போட்ட வேகத்தோடு புயல் போல கிளம்பிவிட்டான். காரைக் கிளப்பிக்கொண்டு சாலைக்கு வந்தபோது, எதிரில் சாமியார். அதுவும் நடுச்சாலையில்!

அவரைப் பார்க்கவும் அவனுக்கு உச்சி வெடித்துவிடுவது போல கோபம் பீறிட்டது. இருந்தும் அடக்கிக் கொண்டு காரை நிறுத்தினான்.

அவரும் காரில் ஏறிக்கொண்டார்.

"என்ன சாமி... என்கூட எதாவது பேசணுமா?" கோபத்தை அடக்கியபடியே கேட்டான்.

"ஆமாம்ப்பா."

"நான் இப்ப ஒரு அவசர வேலையா நரிக்குடி ஜமீன் வீட்டுக்கு போய்கிட்டிருக்கேன்."

"ஏம்ப்பா... லட்சுமி வரலையா?"

"இதை எதுக்கு கேக்கிறீங்க?"

"சரி! நீ நரிக்குடி ஜமீனுக்கே போ. நானும் அங்கேதான் போகணும்"

சாமியாரின் பதில் அர்ஜுனுக்கு சற்று நெருடியது.

"ஆமா... உங்களுக்கு அங்கே என்ன சாமி வேலை?" அர்ஜுன் எதுவும் தெரியாதவன் போல கேட்டான்.

"அங்கே போன உடனேயே உனக்கு அது தெரிஞ்சிடும் தம்பி" என்ற சாமியார், உடனே ராஜதுரைக்கு ஒரு போன் போட்டார்.

"அப்பா ராஜதுரை... நீ பணத்தோடு நரிக்குடி ஜமீனுக்கு உடனே கிளம்பி வா. லட்சுமி அந்தக் கல்லை திருப்பிக் கொடுத்துட்டா. எல்லாம் என் மனோவசியம்தான்னு வைச்சுக்கோயேன்."

பேசிவிட்டு போனை முடக்கியவரை அர்ஜுன் அதிர்வோடு பார்த்தான்.

அத்தியாயம் 

"சாரி அர்ஜுன்... என்னைவிட போலீஸ் துறையும், அதோட ரகசியமும் ரொம்ப முக்கியம். நான் சாமியார் வேடம் போட்டது பத்திரிகையில் வெளியானா, பணக்காரங்க சுதாரிச்சிப்பாங்க. அப்புறம், நல்ல சாமியாரைக்கூட எச்சரிக்கையோடுதான் பார்ப்பாங்க."

காரை சாலை ஓரமாக ஒதுக்கி நிறுத்தினான், அர்ஜுன். அதிர்வுக்கு நடுவில் பிரண்டு கொண்டிருந்த கோபத்துடன் சாமியாரை ஊடுருவினான்.

"என்னப்பா அப்படி பார்க்கிறே?" - என்றார், அவர்.

"பார்க்காம... ஆமா, என் அத்தை அந்தக் கல்லை திருப்பிக் கொடுத்துட்டதா இப்ப எதை வைச்சு சொன்னீங்க?"

"இப்ப நீ அதுக்காகத்தானே போறே?"

"நான்... நான்... அது எப்படி உங்களுக்குத் தெரியும்?"

"நான் சித்தன்ப்பா. பார்த்த மாத்திரத்துல எல்லாத்தையும் சொல்லிடுவேன்."

"சித்தனா... நீயா?"

அர்ஜுனிடம் முதல் தடவையாக வார்த்தைகளில் தணல்.

"ஏம்ப்பா... என்னை சித்தனா ஏத்துக்க முடியலையா?"

"சித்தன் இல்லை நீங்க... சரியான எத்தன்!"

"போகட்டும்... ஒரு கோலிகுண்டுக்கு பணத்தை அள்ளிக் கொடுக்க முடிஞ்ச உங்க அத்தை மட்டும் யாராம்?"

"அத்தை நம்பிக்கையால் மோசம் போனவங்க. ஆனா, நான் அதை விடமாட்டேன் சாமி..."

"அட போப்பா... உப்பை யார் தின்னாலும் தண்ணி குடிச்சுதான் தீரணும்."

"அதை நீ சொல்றியா? நீயும் அந்த நரிக்குடிக்காரி நாமகிரியும் போட்ட நாடகம் பத்தி எனக்கு தெரியாதுன்னு நினைக்கிறியா?"

"அடேயப்பா... நீ பெரிய புத்திசாலிதான். அப்ப நான் ஒரு போலிச்சாமின்னு கண்டுபிடிச்சிட்டேன்னு சொல்லு."

"இதை நான் நடுரோட்ல நின்னுகூட சொல்வேன்."

"ஆமாமா... பாதிப்பும், ஏமாற்றமும் வரும்போது சொல்லித்தானே ஆகணும். கூடவே, உன் அத்தை கொடுத்த பணம் எப்படி வந்தது? அது கறுப்பா? வெள்ளையா?ன்னு கேள்வி வரும். அதுக்கும் பதில் சொல்லுவியா?"

சாமியார் கேட்ட பதில் கேள்வி அர்ஜுனை கொஞ்சம் கலக்கியது. முதல் தடவையாக அவனுக்குள் பலவித சிவப்பு விளக்குகள் மாறி மாறி எரிய ஆரம்பித்தன.

"என்ன தம்பி... என்ன அப்படி ஸ்தம்பிச்சுட்டே? உங்க அத்தைகிட்ட மட்டுமில்ல... அந்த மாஜி எம்.எல்.ஏ. ராஜதுரையும் இந்தக் கண்ணாடி கோலிகுண்டுக்காக ஐம்பத்தோரு கோடி ரூபாயை எடுத்துகிட்டு இந்த நொடி புறப்பட்டிருப்பான்."

எந்த பதற்றமும் இல்லாமல் சிரித்தபடியே சொன்ன சாமியார், மெல்ல தன் தாடியைப் பிய்த்தார். அது அவர் கையோடு வந்தது. தலை 'டோப்பா'வையும் கலைத்தார். அர்ஜுனுக்கு திக்கென்றது.

இப்போது அவன் எதிரில் மத்திய சிறப்பு புலனாய்வுப் பிரிவின் உயர் அதிகாரியான சிவகார்த்திகேயன் காட்சியளித்தார்.

"சார்... நீங்களா?"

"நானேதான். மாஜி எம்.எல்.ஏ. ராஜதுரைமேல லாரி ஏறின மறுநாளே போலீஸ் துறையின் பார்வை அவர்மீதும், நரிக்குடி ஜமீன்தார்மீதும் விழுந்தாச்சு.

ஏற்கெனவே ராஜதுரைமேல பலவிதமான புகார்கள். விபத்து நடந்ததும் அந்த ஆளை கூர்ந்து கவனிக்க காரணமாச்சு. விபத்துக்கு பின்னால் ஜமீன்தாரும், உங்க அத்தையும் இருக்கிறதும் தெரியவந்தது.

பாவம் ராஜதுரை... அவனுக்கு தெரியாது, அவன் 'அட்மிட்' ஆகி இருக்கிற ஆஸ்பத்திரியில் அவனை ஒரு 'கேமரா' கவனிச்சிகிட்டே இருக்குங்கிறது!

அதுதான் அவன் பேசப் பேச ஜமீன்தார் பக்கமும், உங்க அத்தை பக்கமும் நாங்க திரும்ப காரணமாச்சு. நானும், சங்கரானந்த சாமியா மாறினேன். அதுக்காக கோம்பை மலைக்குப் போய் அசல் சித்த சந்நியாசிகள்கூட பழகினேன். அவங்க தந்த மருந்தால ராஜதுரையையும் குணப்படுத்தினேன். எனக்கு கொஞ்சம் சித்து வேலைகள் தெரியும். இதெல்லாம் அப்பப் பயன்பட்டது" சிவகார்த்திகேயனின் விளக்கம், அர்ஜுனை நிமிர்த்தி உட்காரவைத்தது.

"நரிக்குடி ஜமீன்தாருக்கு ஏற்கெனவே மரண பயம் கூடவே, ஜமீன் கடன்ல மூழ்கப்போற கொடுமை வேற. அப்பதான் அவர் நாகமாணிக்கம்கிற பேர்ல மோசடி செய்ய முடிவு செய்தார். கல்லை வித்து அவர் பணம் சம்பாதிக்க ஆசைப்படலை. அதை வைச்சு தன் பேரனை லட்சுமியோட மகளுக்கு கட்டிவைக்கத்தான் ஆசைப்பட்டார். அப்படி செய்தாலே தன் ஜமீனும், மற்ற விஷயங்களும் தப்பிச்சிடும்னு நம்பினார்.

அதனால்தான் நாகமாணிக்கக்கல்லுன்னு ஒண்ணை அவர் மாஜி எம்.எல்.ஏ. ராஜதுரைகிட்ட கொடுத்துவிட்டார். கல்லை வாங்கிக்கிட்டு லட்சுமி சம்மதம் சொல்றாளா? இல்லை தனக்கு இதுல நம்பிக்கை இல்லேன்னு சொல்லிடுறாளா? பார்க்கலாம்கிறதுதான் ஜமீன்தார் நல்லமணியோட திட்டம்.

லட்சுமி வாங்கிக்கிட்டா ரொம்ப சந்தோஷம், அப்படி இல்லேன்னா ராஜதுரை அந்தக் கல்லை கேட்பான்கிறது

அவர் எண்ணம். அவன்கிட்ட கோடிகோடியா கறுப்புப்பணம் இருக்கிறதும் நல்லமணிக்கு தெரியும்."

சாமியார் உருவத்தில் இருந்த சிவகார்த்திகேயனின் பேச்சில், அர்ஜுன் நினைத்துக்கூட பார்த்திராத பலவிதமான மர்மங்கள்.

அவன் கேள்வி கேட்க இடமே இல்லாதபடி அனைத்தையும் கூறி முடித்துவிடுவது என்பது போல சிவகார்த்திகேயனும் தொடர்ந்தார்.

"இந்த விஷயத்துல நல்லமணி எதிர்பார்த்த மாதிரியே லட்சுமி அவரின் வலையில் விழுந்தா. பெண்ணையும் கொடுக்க முன்வந்தா. நாகமாணிக்கம்மேல நம்பிக்கை ஏற்பட, அவர் பாம்புகளை அவ வீட்டுக்குள்ள விட்டார். 'பத்மஸ்ரீ' விருது விஷயமாவும் கலெக்டர், மந்திரிசபைன்னு அவர்தான் தூண்டிவிட்டார். அப்படியே ராஜதுரையைப் போட்டுத்தள்ள நினைச்சதுலதான் அவர் கணக்கு தப்பா போச்சு."

"இருந்தும் தன் காரியங்களை கனகச்சிதமா சாதிச்சுக்க, லட்சுமியம்மாவின் பி.ஏ. சிட்டிபாபுவையும் அவர் பத்து லட்சு ரூபாய் கொடுத்து விலைக்கு வாங்கிட்டார்." போலீஸ் அதிகாரி இப்படி சொன்னதும் அர்ஜுனுக்கு 'திம்'மென்று மார்புமேல் ஒரு குத்து விழுந்தது போல இருந்தது.

"சிட்டிபாபுதான் பாம்புகளை உள்ளேவிட்டது. அதுல ஒரு பாம்புக்குக்கூட பல் கிடையாது. இப்படியொரு நிலையிலதான் ராஜதுரை தன் ஆட்களை கொண்டு, நல்லமணி பேரனை கொலை செய்தான். நான் ராஜதுரைகூட இருந்துகிட்டே இதை எல்லாம் தடுக்க முயற்சி செய்தேன். ஆனா, என்னைவிட பழி உணர்ச்சிக்கு பலம் அதிகமாயிடுச்சு.

ரமேஷ் சாவுக்கு பிறகு விஷயம் அப்படியே திசை திரும்பிருச்சு. நீங்களும் ஒருபக்கம் அந்த கல்லோடு ஓடிப்போய் பரிசோதனை எல்லாம் செய்தீங்க. உங்ககிட்ட கல் இருக்கிறது தெரிஞ்சு, நீங்களும் அதை நம்பணும்கிறதுக்காக சிட்டிபாபு ரொம்பவே கஷ்டப்பட்டான்.

அவன்தான் உங்க 'புராஜெக்ட்' அங்கீகாரம் பெற காரணம். அவன் இல்லேன்னாலும் அது 'அப்ரூவ்' ஆகிற மாதிரிதான் இருந்தது. அவன் அதை கொஞ்சம் தூண்டிவிட்டான். அதுக்காக, சம்பந்தப்பட்ட அதிகாரிகளுக்கு நட்சத்திர ஓட்டல்ல விருந்து கொடுத்து நிறைய அழகான பெண்களையும் 'சப்ளை' செஞ்சான்."

"ஒரு சாமியாரா நான் எதுவுமே தெரியாதபடி இரண்டு பக்கமும் நடந்துகிட்டு இருந்ததையெல்லாம் கவனிச்சுக்கிட்டே இருந்தேன்.

நரிக்குடி ஜமீனோட ஏமாற்று வேலையில் ஓர் மாற்றம். நல்லமணி சாவுக்கு பிறகு அவங்க சகோதரி குழப்பத்துல இருந்தப்போ நான் அங்கேயும் போய் கல்லுக்கு 50 கோடின்னு விலை வைக்க சொன்னேன். ஒரு இலங்கை வியாபாரி கல்லை கேட்கிறதாவும் சொல்ல சொன்னேன். அந்த ஜமீன்ல ஒட்டிகிட்டு இருந்த அவங்களுக்கு 50 கோடி கிடைக்கப் போகுதுன்ன உடனே ஒரே சந்தோஷம். என் பேச்சை கேட்டாங்க. கேட்டுகிட்டும் இருக்காங்க."

"ஐம்பது கோடின்னு விலை வைக்கக் காரணம் உங்க அத்தை, அந்த ராஜதுரைன்னு ரெண்டு பேர்கிட்ட உள்ள கறுப்புப் பணத்தையும் வெளியே கொண்டுவரத்தான். அதுல உங்க அத்தைப் பணம் சிட்டிபாடு வழியே வெளியே வரவும், அவனை அப்படியே அழுக்கிட்டோம். ராஜதுரையும் இந்த நிமிடம் பணத்தோடு நரிக்குடி ஜமீனை நெருங்கி இருப்பான். அங்கே ஏற்கெனவே அதிகாரிகள் காத்துகிட்டு இருக்காங்க. மிச்சத்தை அவங்க பார்த்துக்குவாங்க."

சிவகார்த்திகேயன் தான் பேசி முடித்துவிட்டதற்கு அடையாளமாக ஒரு சிகரெட்டை எடுத்து பற்றவைத்துக் கொண்டு அர்ஜுனைப் பார்த்தார்.

அர்ஜுனிடம் பிரமிப்பு – ஸ்தம்பிப்பு!

"ஆங்... சொல்ல மறந்துட்டேனே... ராஜதுரையும் உங்க அத்தையும் சமுதாயத்திலே பெரிய திமிங்கலங்க. நடந்த அவ்வளவு

விஷயத்தையும் அப்படியே தலைகீழா மாத்திப்போட்டு தப்பிக்க பார்ப்பாங்க. ஆனா, அது நடக்காது. ஏன்னா... சிட்டிபாபு அரசு சாட்சியா மாறிட்டான். அதேபோல ராஜதுரை பேச்சைக் கேட்டு லாரியை ரமேஷ்மேல ஏத்திக் கொலை செய்த லாரி டிரைவரும் 'அப்ரூவர்' ஆயிட்டான். ஆகையால் உங்க அத்தையும் சரி, அந்த மாஜி எம்.எல்.ஏவும் சரி... தப்பிக்கவே முடியாது.

இதுல உங்க அத்தைக்கு இழப்பு ஐம்பது கோடி ரூபாய் மட்டும்தான். அதுக்குக்கூட ஏதாவது கணக்கு காட்டினா அபராதத் தொகை போக அதுல தொண்ணூறு சதம் திரும்ப கிடைச்சிடும்.

ஆனா, பாவம் ராஜதுரை, அவன்வரையில் பணமும் போச்சு... அரசியல் வாழ்க்கையும் போச்சு. ஜெயிலில் அவனுக்கு இனி காலத்துக்கும் களி உருண்டைதான். அதெல்லாம் பேராசைக்கும், பழி உணர்ச்சிக்கும், மக்களை ஏமாத்தி சொத்து சேர்த்ததுக்குமான ஓட்டுமொத்த தண்டனை!"

சிவகார்த்திகேயன் கிண்டலாக கூறி முடிக்க, செல்போனில் அழைப்பொலி.

"சார்... ராஜதுரை பணத்தோடு வந்தாரு. பெட்டியோடு அவரை பிடிச்சிட்டோம்!"

"நல்லது... அந்த சாமியார் விஷயத்தை அப்படியே விட்டுருங்க. நாமகிரிக்கும், ராஜதுரைக்கும்கூட நான்தான் சாமியாரா நடிச்சேன்கிறது தெரிய வேண்டாம். அவங்க கேட்டா, 'சாமியார் தலைமறைவாயிட்டாரு'ன்னு மட்டும் சொல்லிடுங்க. சாமியாரால்தான் நாங்க கெட்டோம்னு அவங்க சொல்றதுக்கும் இடம் கிடையாது.

ஏன்னா, நான் அவங்களுக்கு நல்லதுதான் செய்திருக்கேன். ஆகையால் அவங்களும் என்னைப் பத்தி பெருசா எதுவும் பேசவோ, வருத்தப்படவோ மாட்டாங்க. நாமகிரி மட்டும் நான் ஆசைக்காட்டினதா சொல்லுவா. சொன்னா சொல்லிட்டும்

போகட்டும். ஆசைதான் காட்டினேன். பணத்தை ஒண்ணும் கையாடல் பண்ணிட்டு ஓடிடலையே?"

செல்போனில் தன்னோடு பேசிய போலீஸ் அதிகாரி ஒருவருக்கு பதிலளித்துவிட்டு திரும்பியவரை துளியும் பிரமிப்பு குறையாமல் பார்த்துக்கொண்டே இருந்தான், அர்ஜுன்.

"என்ன அர்ஜுன்... போட்ட வேடத்தைச் சொல்லி, பத்திரிகை, டி.விகளை திரும்பிப் பார்க்க வைக்காம அப்படியே அதை மூடிமறைக்கச் சொல்றேன்னு பார்க்கிறீங்களா?"

"ஆமாம் சார்... உங்களுக்குதானே அதனால பெருமை?"

"சாரி அர்ஜுன்... என்னைவிட போலீஸ் துறையும், அதோட ரகசியமும் ரொம்ப முக்கியம். நான் சாமியார் வேடம் போட்டது பத்திரிகையில் வெளியானா, பணக்காரங்க சுதாரிச்சிப்பாங்க. அப்புறம், நல்ல சாமியாரைக்கூட எச்சரிக்கையோடுதான் பார்ப்பாங்க. அடுத்து இன்னொரு தடவை நானே அந்த வேடத்தை போடமுடியாதபடியும் ஆயிடும்.

அதனால், அந்த வேடம் போட்ட நான் கோம்பைமலை சாமியார்களோடு பழகி, உண்மையாகவே அவங்களைப் போல மாறினா என்னன்னுகூட யோசிக்கிறேன். ஏன்னா, அவங்களெல்லாம் அவ்வளவு நல்லவங்க. நிஜமாலுமே பந்தபாசங்களை ஜெயிச்சவங்க. சுருக்கமா சொல்லப்போனா அவங்க எல்லாம் இந்த மண்ணோட அற்புதங்கள்!" - நெகிழ்ந்து போய் பேசினார், சிவகார்த்திகேயன்.

"எல்லாம் சரி சார்... இந்த ரகசியங்களை என்கிட்ட மட்டும் ஏன் சார் சொன்னீங்க?"

அர்ஜுன் கேட்கவேண்டிய கேள்வியைத்தான் கேட்டான். அவரும் சிரித்தபடியே அவனை ஊடுருவினார்.

"மிஸ்டர் அர்ஜுன்' இந்த நாகமாணிக்கம் ஒரு போலின்னு கண்டுபிடிச்சது நீங்கதான். அதுமட்டுமில்ல... 'லயன்' லட்சுமின்கிற உங்க மாமியார் பத்தின பயமே உங்ககிட்ட இல்லை.

எல்லாத்துக்கும் மேலா ஐம்பது கோடி ரூபாயை இழந்துட்டு உக்காந்துகிட்டு இருக்கிற உங்க அத்தைக்கும், தன் பேரோடு ஒட்டிகிட்டு இருக்கிற 'லயன்' என்கிற வார்த்தைக்கும் சம்மந்தம் இல்லைங்கிறது இப்ப தெரிஞ்சிருக்கும்.

உண்மையான 'லயன்' அதவாது சிங்கம் நீங்கதான். அதான் உங்ககிட்ட எல்லா விஷயங்களையும் சொன்னேன்."

"ஓ... ரொம்ப நன்றி சார்..."

"மிஸ்டர் 'லயன்' அர்ஜுன்... தயவுசெய்து நான் 'யாரென்று மட்டும் சொல்லாதே!', யாரிடமும் எப்போதும்!"

"நிச்சயமா சொல்ல மாட்டேன் சார்... நீங்க என்னை நம்பி பல ரகசியங்களைச் சொன்னதுக்காக நான் இதைக்கூட செய்யலேன்னா எப்படி சார்?"

"ரொம்ப நன்றி... எப்பவாவது உங்களை மறந்து உங்க ஆசை மனைவிகிட்டகூட சொல்லிடாதீங்க. ஏன்னா... நான் ஒரு புனிதமான வேடத்தைப் போட்டு சாதிச்சிருக்கேன். அந்த வேடம் வெளியே தெரிஞ்சா விமர்சனத்துக்கு உரியதாயிடும்.

அதனால், திரும்பவும் அந்த வேடத்தைப் போட்டுகிட்டு நான் இப்ப நேரா கோம்பை மலைக்குதான் போகப்போறேன். பல பயிற்சிகள் பாதியில நிக்குது. அவற்றை நான் முழுசா முடிக்கணும்" என்று பேசிக் கொண்டே திரும்பி, அந்த தாடி, மீசையை எல்லாம் எடுத்து ஒட்டிக்கொள்ளத் தொடங்கினார்.

சில நிமிடத்தில் அவர் பழைய சங்கரானந்த சாமியாராகவே மாறிவிட்டார். சிரித்துக்கொண்டே "மிஸ்டர் லயன் அர்ஜுன்... உங்க அத்தையை நான் ரொம்ப கேட்டதா சொல்லுங்க. உங்களுக்கு என் ஆசீர்வாதங்கள்" என்று அசல் சாமியார் போலவே பேசிவிட்டு, நடையைக் கட்டத் தொடங்கினார்.

எல்லோரும் இதற்குமுன் பிரமித்த அதே நடை!

அர்ஜுன் அவர் மறையும்வரை விழி மூடாமல் வியப்புடன் பார்த்துக்கொண்டே இருந்தான். அவன் நிச்சயமா அவரைப் பற்றி யாரிடமும் மூச்சுகூட விடமாட்டான்!

ஆனால், நீங்கள்?